LETAMANH

TƯỞNG

NHÂN ẢNH
2022

TƯỞNG

letamanh

Bìa: Uyên Nguyên Trần Triết
Tranh bìa: Gảy súng (Lê Anh Dũng)
Dàn trang: Trần Thị Lệ Quyên
Nhân Ảnh xuất bản 2022
ISBN: 9781990434471

MỤC LỤC

THƠ HƯỚNG ĐẠO

Riêng tặng hiền thê Mỹ Hiệp
Theo gót quân hành số kiếp truân chuyên!
Về già đôi bóng trên thuyền
Anh là món nợ luỵ phiền trăm năm!

Chào bạn!

Tưởng thơ là thật
Tưởng thật là thơ
Hồn ta còn mất
Theo đời ngu ngơ!

oOo

Cõi đi ngõ về xác xơ
Bụi đời phủ kín tim mờ bóng em!

Vợ Chồng Lê Anh Dũng trong ngày ra mắt sách tháng 7 năm 2008,
kỷ niệm 40 năm tình yêu

Cách lòng

Như nước một dòng sông,
Thấm đôi bờ xanh biếc
Như tim mãi mặn nồng,
Nung tình yêu tha thiết,

Dòng sông mang phì nhiêu,
Đem hương thơm lúa chín,
Khơi khói vượng sương chiều,
Ngàn hoa cười... bịn rịn!

Em ngụp lặn thỏa lòng,
khua nước về e thẹn
con thuyền nhỏ xuôi dòng,
Anh chèo - hát làm quen!

Thời gian xa thật xa!
Khóc duyên tình lận đận,
Sáng chiều chẳng đò qua,
Nghẹn ngào dòng sông hận!

Nước sông vẫn xuôi dòng,
Cá vẫn vờn nước trong,
em cúi mình soi bóng,
Ôi! xa mặt cách lòng!

Cát bụi

Bức tranh đời trời tô màu rực rỡ
Vườn hoa vô thường cứ ngỡ tuyệt luân
Đôi mắt em một thuở tưởng lạnh lùng
Ôi! trái cấm đời anh mong hái trộm!

Nhựa trái cấm bỗng hóa thành đom đóm
Bay không gian chớp chớp quyện bên anh,
Mắt lim dim ngỡ tiên nữ giáng trần
Anh ôm ấp bỗng hóa thành cát bụi

Trong ngục tù vẫn mơ và tiếc nuối
Hoàng Liên Sơn chim "trói cột bắt cô"!
Nhớ Tản Đà và nhìn "bức dư đồ"
Đang rách nát biết bao giờ vá lại!

Chỉ có em!

Ta bảo chỉ có em
Ừ! Chỉ có em
Đã đưa ta vào một trời thơ mộng
và cũng lắm những cơn giông!

Ta cũng bảo ta rằng không
Không chỉ có em trên đời
Đã cầm chân ta
Một thuở đầy vơi!

Một ngày nào như hôm nay
Ta nhìn em
Từ trong cõi tù đày
Xin cho một thời hương yêu cũ
Như thuở nào
Trong đắm say...

Cho người

Sao ta phải trả cho người
Chuyện tình một thuở
Sao ta phải trả cho ai
Những bước chân quyện nhau
Một thời bỡ ngỡ...!

Mơ giấc mơ yêu người
Đêm khuya giật mình
Nhìn trăng qua ô cửa
Như mắt em sáng trên trời sao
Và ta lại mơ
Lần nữa!

Sao phải trả cho em
Những đam mê ngày cũ
Kỷ niệm hôm qua
Vẫn như bão lũ trong ta
Như xót xa...

Ừ ta sẽ trả cho em
Giữ làm gì quá khứ
Em biết không
Thuyền viễn xứ năm xưa
Sẽ chẳng quay về...!!!

Những ngày mưa Cali 1995

Cõi em!

Em về vắng bóng xuân thì
Cỏ hoa héo rũ khiến thi thơ buồn
Chờ nhau ngày ấy mờ sương
Cách ngăn âu cũng là nguồn trăm năm

Ước mơ giờ đã xa xăm
Bao nhiêu kỳ vọng vẫn nằm chiêm bao
Cõi em một chiếc hôn trao
Nghe như vang vọng đường vào thiên thu!

Con tim!

Có những ngày ta đi trên sỏi
Lối mòn xưa có nghĩa gì đâu
Có những chiều dấu chân mòn mỏi
Ta nhìn ta trên những vết sầu

Hồn bỗng đi hoang tim đơm mơ
Như cả trời yêu bỗng dại khờ
Thân ta tan rã tim loan máu
Bay bổng hồn tan theo lối thơ

Lối thơ từng cụm tan từng phiến
Xóa vết chân đi thật ỡm ờ
Lời thơ rao bán miền miên viễn
Bỡn cợt đuổi theo tên dại khờ

Bỡn cợt đuổi theo tên dại khờ
Như những cuộc tình ôm trên tay
hai bàn tay trắng nâng tim vỡ
Tim vỡ bao lần vẫn đắm say

Ta nói rằng ta vẫn mãi yêu
Con tim dầu vỡ vẫn nâng niu
Nâng niu phút chốc tình đươm nụ
Đời vẫn cho ta nét diễm kiều

Đời vẫn cho ta nét diễm kiều
Để đời còn được những nụ hôn
Con tim lần nữa sao rung động
Đã vỡ nhiều lần chẳng biết khôn!

1997

Cô độc!

Chiều cuối năm quê người
Đốt điếu thuốc ngoài hiên
Khói bay vòng nỗi nhớ
Khoảng trống vắng mông mênh!

Con số tám!

Tết nầy tám chục rồi nha!
Trong đầu tưởng trẻ nhưng là Lão Ông
Nói năng đi đứng còn ngông
Bạn bè Nam Bắc Tây Đông họp đoàn!

Già rồi văn bút đa đoan
Cù nhầy cù cứa xóm làng Trưởng Niên!
Mong ngày sum họp đoàn viên
Luỹ tre xóm cũ ta về trăm năm(?)

sóc (10-2-2022)

Dòng sữa Mẹ!

Sớm mai sương chưa tan
Trời Cali sao thoảng mùi hương Mẹ
Ánh nắng xiên long lanh dòng sữa
Vào hồn con nhè nhẹ điệu ru xưa

Nhớ về điệu ru xưa
Hồn như say trong vòng tay Mẹ
Ấp ủ dưỡng nuôi một thời dâu bể
Lòng Mẹ thương con nói mấy cho vừa!

Trên quê người cô đơn
Nhìn phố phường trong ngày nhớ Mẹ
Quà trên tay lời chúc nghe khe khẻ
Con cũng muốn mang một đóa hoa hồng.

Hương mẹ trời Tây
Sao có thể sánh với trời Đông
Mẹ trời Đông nuôi con bầu sữa ấm
Trẻ trời Tây chỉ nhuần thấm sữa bò...

Ôi! Hương thơm sữa Mẹ
Dòng sống ngọt ngào tuôn vào cơ thể
Như bản tình ca ngàn đời sông bể
Mẹ Việt Nam hương ấm ngàn năm!

Mother day 1995

Đem bán!

tặng "áo tím ngày xưa"

Ngàn thu áo tím ôi áo tím
Tím cả trời xuân thuở học trò
vương mang kỷ niệm tình quyến luyến
Ta đếm màu mơ trong giấc mơ...

Bao chuyến đò xa đã qua sông
Quê hương chìm đắm trận bão giông
Áo tím lạc loài nơi xứ lạ
Nhớ mái chèo khua ai biết không!

Rồi cũng vì ai áo đổi màu
Tình yêu năm tháng nhạt bờ vai
Con đò năm cũ nằm mắc cạn
Trên bến trời xa bóng tương lai!

Một thời áo tím, tím sân trường
Một thời mơ mộng cõi Trưng Vương
Ta ôm ngày tháng giờ đem bán
Nỗi nhớ niềm đau những đoạn trường!

Để giành!

Lỡ quên không nói với em
Con tim nhiều nghách anh đem chôn rồi
Giờ còn chỉ một ngăn thôi
Nên anh giành để nhốt đời... chúng ta!

Valentine 2000

Đôi ngã

Ta đi một sáng nắng
Em về một chiều mưa
Hai linh hồn trĩu nặng
Đường chia đôi tương tư.

Tim yêu là trái đắng
Môi kể một đêm xưa
Ta u sầu đứng lặng
Nhìn thời gian giao mùa...

Thế là ta đã đi,
Nghìn trùng tim vĩnh biệt,
Từng năm tháng phân ly
Ôm nỗi sầu biền biệt

Thế là em cũng đi
Nhìn trùng khơi biển động
Từng nỗi nhớ cơn si
Tìm yêu thời mộng mơ...

Ta ôm sầu viễn xứ
Con đường về buồn vương
Em quay nhìn giã biệt
Một thời mơ thiên đường...

Gió

Ôi chao cơn gió vô thường
Lướt trên cây cỏ ngập đường hoang sơ
Không màu nhưng gió là thơ
Sắc không biến hóa huyền cơ ngập trời

Lúc cuồng phá nát mọi nơi
Tạo ngàn sóng dữ biến đời dương oai
Lúc hiu hiu quyện thở dài
Cho đời quên lãng ru ai ngậm ngùi..!

Chẳng ai thấy gió ngược xuôi,
Chỉ là cảm nhận khổ vui quanh mình
Gió ơi! Sống chết với tình
Nếu mà vắng gió nhân sinh còn gì!

Hứa!

Sao anh không về
Để nghe dòng nước xoáy,
Trọn thời gian ta đã đốt cuộc đời,
Trăng muôn sao
Như bằng hữu muôn nơi,
Đem gió lại một thời xoay thế cuộc!

Con tim đã yêu
lần nghe lời mật ngọt,
Sau ân tình đầy phản bội thăng hoa.
Vết thù sâu
Bỗng cất tiếng hát ca,
Ôi ân ái và "đồng sàng dị mộng!"

Gió đã xoay chiều
Mắt mở tung hang động,
Vết chân in hằn năm tháng lang thang,
Dẫu xa nhau,
Dù tim vỡ xương tan,
Ta vẫn hứa tìm nhau về tổ quốc...!

Hương vị Tết!

Tết về thêm tuổi thêm già
Tháng ngày nghiến nát đời ta từng giờ!
Mừng nhau khỏe mạnh đơm mơ
Sống thêm tuổi thọ đợi chờ hồi hương!

Lạc loài

Ta dường như kẻ lạc loài,
Hồn mơ về cõi thương hoài... tương tư!
Đá lăn từ dốc sương mù,
Tương lai như bụi phù du ngỡ ngàng...

Đón nhau trễ chuyến đò ngang,
Sao còn bịn rịn muộn màng hương yêu!
Đưa tay kéo ngược nắng chiều,
Từng trăn trở giấc, từng xiêu xiêu hồn.

Lời hứa!

Cali một ngày
Mưa giông bão rớt
Mây đen mờ mờ
Vai gầy em ướt

Ta sóng vai nhau
vượt cơn gió ngược
Nhìn lại phía sau
Mi sâu não ruột

Xác thân lưu lạc
mang cả tình quê
Chúng mình tóc bạc
Khuya sớm đi về

Mưa rơi mưa rơi
Giăng giăng một trời
Quê hương trùng cách
Mưa rơi mưa rơi

Mưa rơi Cali
Dìu bước em đi
Thân em ướt sủng
Mắt lệ nhòa mi

Thân gầy em ướt
Lòng anh tái tê
Rơi dòng nước ngược
Lạc cả lối về

Lối về quê hương
Bên kia đại dương
lối về chất ngất
Những nhớ cùng thương!

Sẽ đưa em về
Em đừng khóc thế
Trong cõi đam mê
Dìu bước em về

Ừ em sẽ về
rồi anh sẽ về
Trên con đường nhỏ
ngày xưa hẹn thề

Ừ! ta sẽ về
Với lòng quê hương
thôi đời lưu lạc
Chung bóng trăng thề!

1996

Mất em

Giọt sương gọi nắng long lanh
Gọi tên phiền muộn xuân xanh tuyệt vời,
Sương theo cánh lá vàng rơi,
Về thiên niên ấy ma trơi chập chùng...

Cho nhau ngàn thủy muôn chung
Mất nhau rồi cũng trùng phùng thời gian.
Mất nhau từ chuyến đò ngang,
Quê hương rung chuyển ngập ngàn bến mê.

Từ xa cõi nhớ phong khê
Từ thi thơ đổ, đường về mang mang
Ta chờ sợi nắng xuyên lan
Mắt em liếm giọt sương tan cuối cùng...

(đầu đông 98)

Mỏi mòn!

Em đứng đợi
mùa xuân
Mây êm ả
Chim thôi bay sao tĩnh lặng đồi hoang
Hồn lang thang em ngắm cánh hoa tàn
Chờ đợi mỏi mòn hồn hoang bỗng lạnh!

Anh sẽ đến
Em yên tâm đứng đợi
Cố nén lòng
tim thổn thức chờ nhau
Thời gian trôi từng chiếc lá thay màu
Tay lạnh giá em ôm đời mộng mị!

Bống hờn dỗi
mắt mơ màng
chiêm nghiệm
Bóng dáng đơn côi ru giấc trời yêu
Nẽo xa xăm anh có biết nỗi niềm
Kẻ chờ đợi thời gian như ngừng thở!

Có cánh chim
lẻ loi bay
lạc bạn
Cất tiếng kêu thảng thốt giọng u trầm
Anh yêu ơi! có biết hay vô tâm
Con tim em đang âm thầm vô vọng!

Dòng sông xưa
đò cắm sào
chờ khách
Nước vô tình mang con sóng lăn tăn
Bờ hoang vu em đứng đợi từng năm
"Người chẳng tắm hai lần cùng dòng nước"

Em tự nhủ
tha thứ anh
bội ước!
Thời gian không chờ tuổi ngọc dần phai
Em nhìn gương phát hiện bến tương lai
Bóng tà xế sẽ then cài mái tóc!

Giật mình
thời vụt qua
đời con gái
Bóng ma đời như đùa giỡn cô liêu
Lời hẹn thề hứa hẹn cả trời yêu
Bao mòn mỏi thấm dần trên môi úa!

7/26/2020

Nằm mơ!

Người nghệ sĩ thật đa tài
Đặt cho ngày tháng mãn khai đủ màu
Thật ra trời đất trước sau
Ngày thì sáng loá đêm màu tối đen!

Con người suy diễn bon chen
Biển hoa hấp dẫn bướm lèn nhuỵ bay...
Tết về do tưởng tượng hay
Mùa Xuân cũng giống những ngày đã qua...!

Ngày tình yêu!

Ngày tình yêu Hai mươi Hai mươi
Quà cho em một khẩu trang màu hoa vạn thọ!
Anh cũng phải mang cho đời biết rõ
Hai chúng mình chẳng dám ôm nhau!

Hai cánh môi núp sau lớp giấy trắng phau
Hôn "hàm thụ" tay chân sờ nhau sợ hãi
Năm con Tý bắt đầu "khuyến mãi"
Con "Corona" ngưng cả chuyện tương lai

Anh chết lặng ngắm em ngồi mặc niệm
Valentine con phố trống vươn dài...

Sao chưa trọn người

Mọi người đều có
Mẹ!
Chúa Phật thánh hiền
Cũng từ mẹ đẻ ra
Để từ ngày nhụy nở khai hoa
Ta ca hát suốt một thời thơ ấu
Bàn tay mẹ
Từng ẵm bồng yêu dấu
Lời ru ngọt ngào cho giấc ngủ con ngoan
Nuôi con lớn theo
đời
Dòng sữa mẹ bình an
Cơm khoai sắn con lớn dần năm tháng !
Theo gương cha để nước nhà tỏ rạng,

Ta bỗng vươn vai
Tuốt kiếm báu khơi nguồn
Kể từ nước nhỏ dòng tuôn
Non sông tưởng vẫn một nguồn chia ba
Đâu Cửu Long đâu Hồng Hà
Hương Giang còn đó sao ta chẳng về!

Mẹ ơi! Con mẹ đã thề
Ba dòng sông ấy là quê hương mình
Mẹ là chuối chín nguyên trinh
Là cau là khế là đình làng xưa
Mẹ ơi con mẹ cũng vừa
Khóc cho số kiếp sao chưa trọn người!

Quê hương

Thôi em hơn nửa cuộc đời
Trong cơn mộng tưởng một thời yêu nhau
Quê người gặm nhấm thương đau
Còn đây hương quế ngát màu thời gian

Trăng tàn nhụy rữa vô thường
Mặc con nước xoáy mặc sương thu về
Trắng đầu từng sợi đam mê
Vết nhăn từng phiến bên lề cuộc vui!

Cali thu 1995

Quên

Một thuở ta hẹn hò
Những dòng thư trao tay
Con tim yêu bé nhỏ
Lòng rộn rịp đắm say

Một thuở ta hẹn nhau
Chữ học trò tròn nét
Nói những chuyện tầm phào
Nào nắng mưa sấm sét!

Một thuở ta có nhau
Quê hương trong chiến tranh
Một thuở ta gần nhau
Dù hạnh phúc mong manh

Rồi một chiều anh đi
Nét nhạc buồn chia biệt
Rồi từ đó phân ly
Ta ngậm ngùi đơn chiết

Bao giờ ta tìm nhau
Bỏ qua chuyện thương đau
Tim yêu thời nguyên thủy
Quên cả một trời đau!

Thế thôi!

Xin cảm ơn đời
Đã cho ta khung trời
hơi thở
Cám ơn em
Từ phút giây bỡ ngỡ
Đã hao gầy thân xác hy sinh!
Bãi cát vườn dâu
Xanh xanh tà áo
hương hoa dừa
thơm ngát tóc ai!

Ta một thời lận đận
Em một thời đơn côi
Cùng nhìn nhau tóc bạc
Như mây trắng lưng đồi
Một cõi mây một phương trời
Ta đứng đây
Dòng nước vẫn trôi
Hồn mơ về bến cũ
Ta và em
Chỉ thế thôi!

Cali thanksgiving 95

Thoáng 70

Nhân dịp 45 năm Anniversary của Huyên & Hoa
(Bạn thân Khóa 26 Thủ Đức)23-10-2011

Ngẫm lại thời gian thoáng bóng mây,
Một thời lận đận – Sống lất lây,
Quan quyền một thuở - tù một thuở,
Tan hợp hợp tan kiếp đọa đày…!

Trời bổng sáng lòa bến Cờ Hoa!
Giấc mơ hóa thật bản tình ca,
Đổi đời từng hướng chim tung cánh,
Con cháu hòa an nỡ rừng hoa!

Tìm lại Sông Dinh ngày son trẻ,
Những bước chân quen, những xóm làng,
Trường Tàu, Trường Việt thời thơ ấu,
Đã bảy mươi năm đón xuân sang!

Gặp em Xóm Bóng dáng thon thon,
Tóc dài tha thướt thoắt bước son,
Bốn mươi lăm Tết cùng song bước
Một nụ hôn yêu thoáng Hấp Hôn!

Cali đón tiếp một gia đình,
Hai mươi hai năm biết bao tình,
Đâm chồi nẩy lộc đàn con cháu,
Hưởng phước hương đời đóa hoa xinh!

Sông Dinh – Xóm Bóng tay nắm tay,
Bạn bè đông đủ cụng ly say,
Chúc mừng chàng Ngựa cùng em Ỉn,
PHÚC THỌ... Đêm đêm... quên tháng ngày!

Thời gian!

Cuộc tình nào
Ôm chiều dày tuổi trẻ
Nước mắt nào
Chung thủy mấy mươi năm!

Con tim ngục tù
Ức chứa vết hằn
Ta tự hỏi
Tình yêu nào lên tiếng...

Chờ nhau
Mất nhau
Tinh cầu không tan biến
Ta lại nhìn nhau
Như giấc du miên!

Thôi hãy quên đi quá khứ ưu phiền
Đời vẫn đẹp hãy dìu nhau vào mộng!

97

Thù nhau!

(Riêng tặng một người...)

Thu vừa đến sao em lại đi
Để ai gặm nhấm tuổi xuân thì
Cali con phố đời lãng đãng
Chẳng trái tim nào thích chia ly!

Ta lặng nhìn sâu trong mắt sâu
Bờ mi ngăn giọt lệ tìm nhau
Bóng chiều phản chiếu vào ngấn lệ
Vò xé đời nhau chuyện tình sầu!

Ta đứng nhìn theo bước em đi
Tay vẫy lòng đau chẳng nói gì
Đầu thu chiếc lá còn xanh lắm
Sao vội vàng chi chuyện phân ly!

Sao vội vàng chi xé tim nhau
Dùng giằng sao chẳng bước đi mau
Sao không quay lại cho anh ngắm
Để biết rằng ta vẫn còn nhau!

Ta chẳng còn nhau chẳng còn nhau
Mùa thu vừa đến đã thay màu
Để linh hồn vắng đời thay áo
Để vẫn thù nhau! Vẫn thù nhau!

tháng 9 năm 1999

Tình yêu

YÊU!
Nếu nhìn từ màu xanh
Qua hàng mi cong mướt
Môi ướt mọng mời anh
Cõi đi về đưa rước...

ƯỚT!
Nếu nhìn từ màu hồng
Ôi em có biết không
Trong anh hừng hực nắng
Khát khao một nỗi lòng

MONG!
Nếu nhìn từ màu đen
Anh đang nổi cơn ghen
Em đang ngồi khóc ngất
Ăn quen nhịn chẳng quen...

AMEN!
Biết sao mà định nghĩa
Biết cho mấy cho vừa
Biết bao giờ thỏa mãn
Đêm trời sao lưa thưa

CHƯA!
Đôi ta quyện lấy nhau
Thời gian trôi chậm mau
Chẳng có gì ý nghĩa
Bức tranh yêu tô màu!

MAU!
Sao phải giận phải hờn
Sao nhớ thương đơn phương
Sao hoài công chờ đợi
Ai hiểu được nguồn cơn!

VƯƠNG!
Ôi tình yêu!
Sẽ phải khóc thương nhiều
Sẽ ghen tuôn hờn trách
Khổ đau đầy trang sách
Tình yêu! Ôi! tình yêu!
TIÊU!

(Valentine's 2001)

Uất

Xa quê hương đời lưu lạc
Ốc đảo sầu nhìn sa mạc mênh mông
Ôi môi em hương ngọt nồng
Ta mút trọn chảy thành dòng nguyên thủy

Trong thoáng sâu cơn mộng ý
Mắt em xưa vọng thiên lý ba đào
Thù tim sau máu rạt rào
Ngăn dòng lệ chợt nghen trào bão tố!

1995

Vết thương đời!

(Tâm sự người vợ chờ chồng đang trong ngục tù CS sau 1975)

Còn đây áo trận mờ phai
Con đây tặng vật trâm cài ngày xưa
Anh đi xế nắng chiều mưa
Vườn hồng còn đó nụ vừa đơm bông
Vắng anh môi biếng tô hồng
Nơi đây vẫn đợi vẫn trông anh về

1997

Đám cưới nhà binh sau Tết Mậu Thân 1968

Ảo giác!

Sao bảo là Xuân
Khi những cánh hoa
      không phải từ quê mẹ
Sao bảo là mùa Xuân
khi không có con đường nào
      mang dấu thơ thời son trẻ
Vắng bóng con đường làng
Vắng cánh diều bay trong gió
Vắng tiếng thở hơi sương xào xạc rừng dừa
Ôi! Những đêm mưa
Bóng mẹ hiền kéo chăn canh giấc ngủ
Lời ru xa kẽo kịt võng đu đưa!

Đã bao năm rồi
Ta thiếu bóng quê hương
Mùi áo mới mùi thuốc pháo vương vương
Mùi rạ thơm cánh đồng quê lúa chín
Thoáng chốc
Một thời đã từng câm nín
Đã một thời nhịn nhục tù đày
Kiếp tha hương rượu không uống mà say
Trong ảo giác
Ta thấy mình
Đang bước trên con đường quê ngày cũ!
(Xuân Đinh Sửu 1997)

Ca dao cuội

Thằng cuội ngồi gốc cây đa
Bỏ Trâu ăn lúa gọi cha ời ời
Cha còn "chạy mánh" trên trời
Mẹ còn vất vả chào mời "công an"!

Cuội bèn trốn xuống xóm làng
Dụ dân cướp đất bán làm sân Golf
Ruộng vườn thiếu lúa thiếu rơm
Người người đói rách chẳng hơn trâu bò

Tư Bản Đỏ, cuội xin cho,
Sân Golf "chơi đã" quạt mo ích gì.
Bày trò đá dế thiếu nhi!
Sau lưng có Đảng lo gì cây-đa.

Chơi trò hiếp đáp dân ta!
Đến ôm chân Mỹ thằng Nga ra rìa,
Cuội ơi! chạy mánh ngồi bìa,
Ông anh sát nách cuội "chia" những gì?

Cân đai áo mão Cuội đi!
Xin cho chiếc ghế " thành trì " Đảng ta!
Từ biên giới đến Trường Sa
Dâng cho Thiên Quốc làm quà từ đây!

Toàn dân phản đối việc nầy
Cuội bèn nhốt hết - cho mầy biết tay
Chủ Nghĩa Cộng Sản từ nay
Việt Nam Trung Quốc như tay với đầu
       o o o
Thằng Cuội ngồi câu cá tra,
Bỏ Trâu ăn lúa oan gia nhà trời
Cuội cha gọi Cuội ơi ời,
Cuội mẹ khóc lóc chạy mời... Cờ Hoa!

(Năm Con Trâu 2009)

Tặng liên trường Quy Nhơn

Nhớ TỰ LỰC - VI NHÂN sao tiếc nuối
Em TÂN BÌNH ánh mắt liếc có đuôi
Trường TÂY SƠN - PHƯỚC HẬU tới lui
Thời cắp sách cuốn phim đời kỷ niệm

Ôi! Qui Nhơn một thời từng số điểm
Mài đủng quần cho kiến thức đua tranh
Bao nhiêu năm thời cắp sách tôi anh
Giờ nhớ lại mắt rưng rưng tim thót!

Bốn mươi bốn năm nhớ trường đau xót
Con dế mèn kêu tiếng vọng từ xa
Liên Trường Qui Nhơn hải ngoại thiết tha
Mong đoàn tụ những hoa đời kỷ niệm!

(tháng tư năm 2019)

Chuyến đò

Có phải ta đã về
Nơi quê hương một thời xơ xác
Đứng bên bờ sông
Nhìn bóng dừa rợp mát không gian
Nốt nhạc nào nghe thoảng
Trong gió chiều dìu dặt cơn mơ
Thoảng giọng hát Tam Quan Bồng Sơn Phù Mỹ
Mênh mang chiều thế kỷ
À ơi! tiếng võng đu đưa...

Có phải ta đã về
Đứng bên ngôi trường cũ
Kỷ niệm một thời rạo rực lòng xưa
Những buổi ra chơi có tiếng còi tàu trưa
Bóng cây tràm giữa sân
Lã lơi nhạc theo gió ru xưa
Tiếng trống giục trong lòng con phố nhỏ

Ôi! Bạn cũ trường xưa
Một thời tranh nhau cùng điểm số
Chân đất lội bùn
Thương quê nghèo và những mái nhà tranh
Nhớ chùa Phước Sơn
Mùa chà là và tiếng kêu bìm bịp
Những háo hức cuối tuần đạp vội dốc Hoài Thanh

Buổi chiều Cali màu xanh
Cuộc sum hợp thầy trò Tăng Bạt Hổ
Biển Thái Bình và những con sóng vỗ
Tản mác năm châu
Giờ gặp nhau sao thấy nghẹn lời
Tâm sự đầy vơi
Một trời luyến lưu một trời nhung nhớ
Giờ còn ai!
Và ai lỡ chuyến đò...

1997

Con gà!

(có tin hai thương phế binh chụp được
con gà rừng ngày cuối năm)

Ngày cuối năm
Đọc những dòng buồn như cõi chết
Kiếp lính chúng ta một thời đã hết
Lớp tù đày lớp chết thảm ngoài khơi
Những miên man xa xứ vận trời
Những lang thang suốt hình cong chữ S
Hai anh xé con gà nhâm nhi ly rượu
Bên lửa hồng vẫn còn hơi ấm tình người
Thời chúng ta đã qua như dòng nước chảy
"Thiên thượng lai bôn lưu đáo hải bất phục hồi!"
Cho tôi ké một ly gặm chân con gà nướng!
Tàn hơi - Đã muộn!
Trải lòng về với quê hương
Khóc cho vận nước mọi đường tắt ngang
Cầu cho lớp trẻ khai quang
Tương lai tổ quốc đã sang trang rồi!

Con tim lạc

Con đi giữa Bolsa
Tìm hơi ấm Sài Gòn
Sương Cali lạnh giá
Trong cô đơn mỏi mòn

Giang tay đón Chúa về
Khung cửa Xuân rộn rịp
Mơ giọt nước phương Đông
Đã trôi đi ngược dòng

Con mang nhiều thù hận
Của bao cuộc phân ly
Của tù giam bất tận
Nhìn những cuộc ra đi!

Đón Giáng Sinh quê người
Những cành thông thắp sáng
Con lạc lỏng vui cười
Nghe trong tim lản đản

Chúa từng hứa với con
Chúa giang tay yêu con
Cả đời con trốn chạy
Trong niềm đau nước non

Chúa ơi hãy yêu thương
Cả dân tộc Việt Nam
Đất nước nhiều tai ương
Chóng thoát cảnh lầm than...

Con là người ngoại đạo
Quỳ xin Chúa trên cao
Một ngày về đất mẹ
Trong yêu thương tự hào!

(Giáng Sinh 1994)

Cộng hay trừ!

(Bài thơ nầy viết năm 1995 - Nhân có người bình luận
toán cộng và toán trừ khuyến khích Hòa hợp hòa giải)

Bình luận gia đưa đề tài rất đúng
Người khôn ngoan dùng toán CỘNG mà thôi
Ông cha ta làm toán CỘNG nhiều rồi
Làm từ thuở chống quân Nguyên, Minh, Hán...!
Nguyễn Trãi và con đường tỏ rạng
"Lấy trí nhân thay cường bạo" sáng ngời!

Thời chúng ta đem toán Cộng khắp nơi
"Chiêu Hồi" biết bao tên Việt Cộng!
"Chín bỏ làm mười" của tổ tiên truyền thống
Ta đem ra áp dụng khắp miền Nam
Bạn hay thù ta áp dụng chiêu hàng
Nhưng Cộng Sản dùng toán TRỪ ai biết!
Khi chủ nghĩa Tam Vô vào đất Việt
Bài toán TRỪ được áp dụng khắp nơi!
Năm Bốn Lăm bao đảng phái tả tơi
Bao người chết suốt thời kỳ đấu tố!
Sau Geneve ai làm nhân dân khổ
Ai tràn vào TRỪ dân chúng miền Nam?
Ai tập trung bao Tướng Tá Sĩ Quan
Tù khổ sai khắp miền Nam Trung Bắc!

Sau Bảy Lăm bao thây người dày đặc
Nơi biển Đông và trên biển Thái Lan
Ai TRỪ được trong tiếng khóc kêu than
Triệt hạ hết thành phần Tư - Mại Bản
Cả Bắc Nam sau bao năm Cách Mạng
Đã bị TRỪ nghèo đói nhất Năm Châu
Đảng đang trừ từ tóc đến chân râu
TA lại muốn cùng THÙ làm toán CỘNG?
Muốn trao thân cho những tên lật lọng
Bài toán kia chúng đang CỘNG hay TRỪ?
Xin nhắc các ngài Bác Sĩ, kỹ, Luật Sư
Các Ngài muốn CỘNG hay TRỪ cũng được
Mang gia đình các Ngài về CỘNG trước
Đừng rêu rao xúi núp bóng trong màn!

Bao nhiêu năm học bài học đoạn trường
Chẳng ai CỘNG như các Ngài muốn CỘNG
Cứ nhìn đi, biết bao nhiêu làn sóng
Làn sóng sau phải lớn mạnh tự hào
Con cháu ta sẽ đánh giá ra sao
Ông cha chúng đui mù không sáng suốt
Thất bại xưa nên đem ra làm đuốc
Xin đừng nên THUA trong trận chiến cuối cùng

(Tháng tư năm 1995)

Cơn mộng

(Nhớ "thiên đường" vô sản)

"Công Trường Đỏ" sương mù giăng phủ kín
Tháp chuông cong từng năm tháng im lìm
Đứng đây nhìn mù mịt bóng con tim
Nghe lạnh giá từ mắt ai xa lạ!

Tường vây cao vết thời gian nghiệt ngã
Điện Cẩm Linh in xa giá ngày xưa
Ta lặng nghe lăng tẩm hát trong mưa
Một xác ướp một thiên đường súp đổ

Bóng tuyết rơi trên mắt người loang lỗ
Góc "chợ trời" từng con cá trao tay
Đâu dấu quân hành cờ đỏ men say
Mùi voska nóng rang tình đồng chí

Một trời thơ lá rơi sầu thế kỷ
Nhìn bóng ai nghiêng ngã một chiều thu
Biển sóng bao la trong "thiên đường mù"
Cơn mộng tưởng lạc phù du nguyên thuỷ!

Đêm chập chờn

Đêm chập chờn Cali dưới cơn mưa
Cũng gió gào xơ xác ngọn lá thưa
Nghe rờn rợn những ngày tù xứ Bắc
Thân quắt khô mang đói rét giao mùa!

Đêm chập chờn Yên Bái -Hoàng Liên Sơn
Trời Vĩnh Phú sốt rét giật từng cơn...
Âm hưởng nốt "nhạc vàng" khuya Bắc Thái
Tiếng dép râu cao giọng hét căm hờn!

Đêm chập chờn thiếu tiếng nhạc rừng dừa
Ngân nga hò bát ngát mái chèo xưa
Tiếng lốc cốc đập "xơ"* trong sương sớm
Giọng ru xa kéo kẹt võng đu đưa!

Đêm chập chờn mùa giông bão tháng ba
Trống ễnh ương nhạc đồng nội ngân nga
Đi chân đất mang đèn dầu "soi"** ếch
Hương lúa thơm chen lẫn vị hoa dừa!

Đêm chập chờn giữa giông bão trời xa
Sao mãi nhớ một thời chinh chiến qua
Sao mãi tưởng vùng hương thơ kỷ niệm
Nhìn bàn tay... in gân guốc tuổi già!

Đêm nằm mơ tiếng chắc lưỡi thằn lằn
Giọng dế ngân tiếng dơi rít dưới trăng
Trong ảo giác ta mơ mình ngồi lại
Hố ngăn kia sao lấp mãi không bằng!!!

(Đêm mưa Cali 1997)

* Xứ dừa Tam Quan có kỹ nghệ giây dừa - vỏ trái dừa
ngâm nước "đập" bằng dùi cui thành xơ - xơ xe thành
sợi - nhiều sợi quay thành giây dừa bán khắp cả miền
Nam.
** "soi" ếch cá bằng ngọn dầu dừa - được che một tấm
nan tre - Đời sống trong vùng Liên Khu 5 Cộng Sản
1945-1954.

Đêm Halloween

Gà mọc nanh kêu la sưng mỏ,
Chó thành tinh rượt muỗi thâu đêm.
Đàn ông truồng chạy ê hèm!
Đàn bà cởi áo nhảy lên trống chầu!

Con qui cái thò đầu liếm mở,
Đàn qui con hớn hở giết nhau
Halloween, tối đến mau,
Cả đám con nít cùng lau bụng giòi

Đèn màu cam qui lè cái lưỡi,
Kẹo lanh quanh gõ của xin cho!
Áo quần toàn qui ám hoa
Ai bày văn hóa qui ma đầy đường,

Cả nước Mỹ chơi trò quỉ ám,
Những bóng ma – từng đám xin ăn,
Kẹo bánh túi vải quấn khăn,
Từ thành phố lớn đến từng nhà quê!

Ngày Ma quỉ hàng năm thành thói,
Văn hóa người nghĩ cũng trò vui,
Thôi thì mở cửa xã xui,
Bốc tay ít kẹo bùi ngùi nhớ quê…!

Đứng dậy!

Ta vẫy gọi sóng vỗ trào than khóc
Bờ đại dương vắng cả tiếng chim kêu
Phía chân trời bóng sao hôm dần mọc
Sao hồn người rớt xẹt vỡ tiêu điều!

Bóng ma quỷ phủ xích xiềng nô lệ,
Bầy kên kên xé nát triệu linh hồn
Bao nhiêu năm sống nhọc nhằn dâu bể
Giống Rồng Tiên con cháu chẳng mồ chôn

Con cháu vua Hùng biến thành hèn nhác?
Bọc trăm con sao cấu xé hận thù?
Đạo đức suy đồi luân thường tan nát
Vô cảm, dửng dưng, tăm tối, mịt mù!

Kẻ Sĩ hỡi! trời Nam bừng lửa dậy
Rợp rừng cờ tiến về đất Thăng Long
Hồn tổ quốc hào hùng xưa thúc đẩy
Triệu con tim thề nối kết một lòng...!

(2017)

Em Khánh Hòa!

Chiều buông thung lũng sẩm màu,
Suối tuôn tiếng hát đời nhau một thời!
Không gian tình tự lên khơi
Con chim bói cá nhắn lời biệt ly.

Vĩnh Xương ngày nọ tình si,
Bóng in Cầu Đá người đi không về,
Viện Pasteur ủ lời thề,
Hòn Chồng còn đó phu thê lỡ đời.

Tháp Bà cô độc chơi vơi,
Buồn qua Cầu Bóng xóm Hời ngày xưa!
Rù Rì, Đồng Đế gió mưa,
Ninh Hòa em vẫn như chưa lấy chồng,

Cuốn nem chua ngọt chén đồng,
Giữ nhau ở lại sang đông dựng cờ!
Anh từ Võ Tánh làm thơ,
Gởi em Trường Nữ ngày xưa... bụi hồng!

Đường qua Diên Khánh người đông,
Cam Ranh dâu bể ngóng trông một thời.
Đại Bàng cánh sắt quên đời
Hải Quân em vẫn nhớ nơi hẹn hò!

Dáng nằm xõa tóc âu lo,
Quân Trường Đồng Đế khôn dò lòng nhau!
Xa em tim những quặn đau,
Đường xưa kỷ niệm ngàn sau vương sầu!

Quê hương từ độ bể dâu,
Khánh Hòa em vẫn qua cầu gió bay?
Hẹn nhau vào mộng men say
Để con bướm vẫn có ngày vờn hoa...!

Gần xa!

Wesminster và San Jose
Đường xa bao dặm lối đi về
Bạn xưa thời trẻ bao kỷ niệm
Nhớ quá một thời đượm hương quê!

San Jose và Westminster
Nhớ nhau thân tặng một bài thơ
Chúc nhau năm mới tràn hạnh phúc
Hạnh phúc thăng hoa như ước mơ!

(1999)

Giấc mơ

Ta nhớ nhau hay ta đã quên mau
Khung trời yêu mang vết sầu kỷ niệm
Ta đứng đây cho muộn phiền tan biến
Thân thế sầu tình khơi điếng mênh mang!

Ta đứng đây nhìn trăng khuyết muộn màng
Nghe trĩu nặng hồn em về theo gió
Tim ta lạnh trước thiên đường bỏ ngỏ
Không có em đời muôn thuở vô tình

Xin cho ta dù một phút lặng nhìn
Dù một khắc nghe âm ba em hát
Ta cho dù đã lỡ đường phiêu bạt
Nguyện trãi lòng một Từ Hải say mê

Ôi em yêu! ta quên cả đường về
Ôi hạnh phúc! dù em giờ đã chết
Không phải đâu! mối tình ta chưa hết
Ba dòng sông nước vẫn xoáy muộn phiền...

Em bây giờ chết giữa những cơn điên
Bầy quà quạ tô phấn hồng ác quỷ
Ta yêu em mối hận tình thế kỷ
Ta vẫn vì em cho trọn một giấc mơ!
(1996 - tháng 6)

Giống ai!
(Mừng sinh nhật bé 5 tuổi)

Ô! Cái cô lì lợm
Cặp mắt to miệng móm
Giống Má hay Ba nè
Nhưng giống Ba là dõm

Cô mà lún đồng tiền
Xem tướng cô chẳng hiền
Mai sau rồi sẽ biết 61
Thế mới đúng thuyền quyên

Con gái thì giống má
Má luôn ăn hiếp Ba
Đàn bà luôn là thế
Vậy mới vui của nhà!

Hôm nay mừng sinh nhật
Chúc vừa giỏi vừa ngoan
Thông minh đầy hứa hẹn
Bến tương lai huy hoàng!

(1995)

Gởi gấm!

Mênh mông một trời nhớ
Cho những ngày thầm nghĩ chuyện xưa.
Ta một cõi, phủ phàng ôm ngang trái
Giữa chốn bụi đời ngơ ngẩn nhìn mưa...
Bốn mươi lăm năm ly biệt
Mái tóc quấn tang ký ức chốn mây mù
Đức Cơ, Kuntum, Núi Hàm Rồng
Thanh An, Biển Hồ Trà, Pleiku!
Sao lại để cõi trời,
Chốn thanh bình rơi vào khung địa ngục.
Trại tù Trảng lớn, Long Giao Xuân Lộc,
Hàm Tân Z30, Suối Máu..ngồi thao thức.
Hoàng Liên Sơn dòng định mệnh,
Xuống Lào Cay, Yên báy, đến Sơn La
Trại Thác Bà rồi quay ngược Hồng Ca
Đến Cổng Trời xuôi miền Nghệ Tĩnh...

Có bao nhiêu "TÙ CẢI TẠO"
Theo vận non sông lầm lũi bước đi,
Bao đắng cay nào có sá gì,
Với vận mạng của tương lai dân tộc!
Ba mươi tháng Tư thê độc!
Ba mươi tháng Tư rỉ máu chẳng hề khô.
Giờ quê hương giặc giẫm nát cơ đồ,
Dâng Tổ Quốc làm mồi phường lang sói!
Tóc hai màu còm cõi,
Thân cọp già nhìn bầy sói kên kên.
Tuổi trẻ ơi! Vì dân tộc hãy đứng lên,
Làn sóng sau ắt sẽ cao hơn sóng trước...

Gươm hoen!

Bóng ai nghiêng ngã cô đơn
Tường cao phố lạ linh hồn buốt tê
Quê hương ngàn dặm không về
Để mơ để tưởng... để thề một mai
Lời thề đeo đẳng tương lai
Kinh Kha không trọn miệt mài gươm hoen
Phôi pha một bóng trước đèn
Nhìn gương đếm tóc bạc chen mái đầu!

(1996)

Hai thế kỷ!

Ta gánh trên vai hai thế kỷ
Nửa đời sương gió quyện núi sông
Nửa đời lưu lạc quê hương mới
Lạc cả người yêu trong bão giông!

Thế kỷ hai mươi đã qua rồi
Chiến tranh cướp mất tuổi xuân trôi
Năm sáu mùa xuân bên vai nặng*
Thế hệ chúng ta nặng gánh đời

Năm tháng vương mang tình hai mốt**
Nặng gánh yêu thương nơi xứ xa
Ngồi xem quê mẹ vẫn cơn trốt
Uất hận sầu bi ngắm tuổi già!

* sinh năm 1944 thế kỷ 20
** Thế kỷ 21

Hãy tỉnh cơn mê!

Ta hận lòng vì cuộc cờ dang dở
Thua trí đối phương con pháo xuyên trùng!
Đem con xe hay con mã cản ngăn,
 Nhưng cơ hội lại không còn kịp cứu!

Đành thất thủ cắn răng ngã ngựa
Cả giang san giờ chìm đắm vũng lầy.
Kẻ cướp và bà già chia nhau tung hứng
Cả giang sơn đem bán hết từ đây...!

Bốn mươi mấy năm thấm lệ
Đất nước ông cha teo tóp đầu nguồn
Hoàng Trường Sa bao phủ màng sương
Bao phố Việt sắp thành tô giới Chệt!

Cá chết, biển chết rồi mọi người sẽ chết
Ngập nỗi đau chồng chất dọc Trường Sơn
Già trẻ gái trai uất nghẹn căm hờn
Trước họng súng cường quyền... làm sao đứng dậy?

Rượu chè hút xách tuổi trẻ quên - chẳng còn thấy,
Đất nước - tương lai... nào còn sức vùng lên!
Mẹ Việt Nam ơi! dòng lệ nhõ không tên
Gọi con cháu hãy tinh cơn say ma túy!

Hãy đứng dậy ngước nhìn hoa thế kỷ
Đạp nát quân thù - Cờ phất trống reo.
Tỉnh lại đi hãy vứt xích phá nghèo
Trời đất Việt đang trong tay tuổi trẻ!

Hận

Sương xây thành sầu viễn xứ,
Lá vàng lăn lóc khách lũ hồn quê!
Đêm cô đơn, bút thơ đề,
Mài mực óc biển tràn trề sa mạc!!!

Bỏ quê hương đời lưu lạc,
Bao thu qua mang dòng thác cô đơn!
Có thù nào nặng kiếm hờn?
Gươm tráng sĩ chẳng hề sờn trong vỏ!!!

Ta từ thuở hồn vương gió,
Lạc loài chân trên đá sỏi lưu vong!
Máu ứ tim, hận tràn lòng,
Con nước xoáy vẫn thong dong lấn lướt...

Bạn, ta ôm bầu say khướt,
Kiếp tằm dâu – cho - mất- được - đồng qui?
Lũ cháu con sẽ còn gì???
Gia tài rách toàn phân ly chia rẽ???!!!

(2004)

Hỏi ai!

Hỡi ơi!
Đem chí cả sống chung loài rắn rít
Đem bao dung phủ dụ kẻ vô tình
Lòng yêu thương Nguyễn Trãi nắng bình minh
Chí bất khuất kiêu hùng đâu Nguyễn Huệ!

Than ôi!
Ta muốn rút gươm khỏi vỏ mà thề
Muốn chém hết phường sâu dân mọt nước
Muốn xé xác tên Việt Gian ngang ngược
Muốn phơi thây lũ miệng lưỡi gây mê

Nhưng hỡi ôi!
Chúng cũng là dòng suối ruộng ven đê
Cũng Cửu Long Hồng Hà từng di tản
Cũng thuyền nhân, H.O. xin tị nạn
Cũng da vàng bị kỳ thị như nhau!!!

Thế hỏi ai!
Kiếp tha hương ruột thịt nỡ hại nhau
Vì tham vọng mà lương tâm bán đứt
Ham lợi danh lòng sân si chưa dứt
Những trại tù bao đày ải quên sao?

Cho nên!
Kiếm báu! Lòng ta run sợ nghẹn ngào
Chém sao nỡ, cùng cháu con dân Việt
Hãy ôm nhau cùng nắm tay thề quyết
Đem yêu thương về quê Việt ngày mai!

(1996)

Hồn lưu vong!

Một đời người bao nhiêu năm là đủ!
Nhưng tình yêu vẫn thiếu vẫn so đo.
Bóng thời gian như đùa giỡn hẹn hò
Như uất hận trãi in tình cổ quái

Hơn nửa đời ta quay đầu nhìn lại
Quảng thơ ngây về quyện lấn hồn hoang
Thuở xuân xanh bị chà xát nát tan
Giờ nhớ lại còn bàng hoàng kinh hãi

Bỏ quê hương thoát bọn người vô lại
Có lẽ nào hồn ta mãi lưu vong!

Hy vọng!

Sau cơn giông trời lại sáng
Đường ta đi bao năm tháng kiên cường
Vòng tay ai vẫn tiếp nối yêu thương
Dẫu sóng gió ngăn chia chờ phía trước

Con cháu Quang Trung vững bước
Vững niềm tin vòng thế giới nối liền
Trời Cali sóng gió vẫn triền miên
Ta vẫn vững tay chèo trong bão tố

Hỡi con cháu Tây Sơn!
Xa xứ xa quê ngậm đắng nuốt hờn
Lòng vọng tưởng tiền nhân thời dựng nước
Hãy đoàn kết tay nắm tay tiến bước!

(1996)

Hy vọng năm Heo!

Đuổi con cẩu khỏi nhà đón Tết
Rước lợn về vỗ béo cầu may!
Hy vọng ta sẽ có ngày
Quê hương thoát ách đoạ đày vong nô
Đem chó về giữ nhà đuổi giặc
Quay heo mừng đất nước tự do
Toàn dân đoàn tụ hát hò
Thoát Trung sát Cộng chung phò Việt Nam!

Khúc nghê thường

Xuân sang nắng sớm bốc hơi sương
Nghe tiếng quạ kêu nhớ quê hương
Bao tiếng gà con tìm hơi mẹ!
Tục tác mẹ la nỗi đoạn trường!

Tục tác át luôn tiếng quạ kêu
Mẹ gà hai cánh đón con yêu
Bóng đen quạ lướt bên bờ dậu
Chíu chít gà con khiếp cánh diều.

Hai mắt mẹ gà sáng long lanh,
Cho dù cô thế vẫn tinh anh
Quyết tâm sống chết cùng giặc cướp
Gà trống đâu rồi chẳng đấu tranh!

Bóng quạ bay bay đen góc trời
Tiếng la ó tỏi quạ khắp nơi,
Tìm mồi đâu dễ, moi gan ruột
Nên vẫn láng đen đến rợn người...

Gà trống đâu rồi dáng hùng anh
Hãy mau về lại với trời xanh
Gáy lên át tiếng kêu quà quạ
Đôi cựa so tài cuộc phân ranh!

Về lại gáy lên tiếng quê hương
Gà con gà mẹ đứng bên đường
Đón chàng gà trống về đuổi quạ
Nối lại ngàn xưa khúc nghê thường!

Lời thề

Bóng ai nghiêng ngã cô đơn
Tường cao phố lạ linh hồn buốt tê
 Quê hương ngàn dặm không về
Để mơ để tưởng ...để thề một mai!
Lời thề đeo đẳng tương lai
Khinh kha không trọn miệt mài gươm hoen
Phôi pha một bóng trước đèn
Nhìn gương đếm tóc bạc chen mái đầu!

(1996)

Mất tích!

Có những chiều ta ngồi nghe em hát
Có những chiều ta ngồi ngắm em đan
Dư hương ngày củ giờ đã phai tàn
Mất em tháng tư thiên đường sụp nát

Con Lộ 7 khi tinh cầu rung xác,
Đoàn hùng binh bổng biến mất sau rừng.
Tiếng pháo rền rầm rập bước chân chen
Em mất hút trong dòng người xoáy dốc!

Ta bới đào tìm em mòn khô khốc,
Kiếp lưu đày qua các trại tù xa
Nào Z30 rồi chuyển đến Hồng Ca
Hoàng Liên Sơn, Tháp Bà , Vĩnh Phú!

Bóng dáng em theo anh mòn phố củ,
Linh hồn em vẫn tồn tại quan hà.
Sốt rét rừng Suối Lệ Ngọc đường xa,
Anh cứ nhớ hồn run lên lạnh lẽo.

Năm tháng tha hương tuôn trào khắp nẽo,
Anh vẫn hoài tưởng nhớ bóng dáng em
Ba mươi tháng tư như vẫn chưa quên,
Ngày đất mẹ và em cùng mất tích!

Mở mắt chưa?

Quê hương người
Nào núi nào sông
Nào thanh bình đã biết bao năm
Rặng Rocky trãi sương lam lơ lững

Giống da vàng da đen da đỏ
Da hồng hồng trộn lẫn da ngâm
Da trắng kia trong hành khúc thương tâm
Đàn quà quạ chen chân loài rắn rít

Ta bỗng thấy
Trời mây màu đen nghịt
Ta bỗng dưng như giữa chốn sa trường
Ta chênh vênh quặn thắt vết đau thương
Nhìn tổ quốc bên kia bờ ly biệt

Đã mở mắt chưa?
Cấu xé nhau không thương tiếc
Giờ da ta trộn lẫn những màu da
Ôi! Một thời ta nhờm tởm cho ta
Nghe đâu đó bản tình ca vong quốc!

(1995)

Mơ về thăm lại mái trường xưa!

Em quay về và nhẹ nhàng gõ cửa
Mái trường xưa như thoáng đọng hương xưa
Trời Qui Nhơn da diết những đêm mưa
Nghe trở lạnh từ hồn quê xao xuyến!

Những kỷ niệm hiện về sao quyến luyến
Mái học đường ngày nọ vẫn thong dong?
TRƯỜNG SƯ PHẠM bao kỷ niệm in lòng
"Thầy Cô tương lai" miệt mài đèn sách!

EM KỸ THUẬT là ngôi trường thanh bạch
Đào tạo chuyên viên ong thợ quốc gia
Quần áo màu xanh hứa hẹn thiết tha
Vào Đại Học vững tay chèo yên vững

Trường CƯỜNG ĐỂ Thầy Cô trò chung dựng
Xây tương lai rạng rỡ tiếng Qui Nhơn
Giáo Sư giỏi, trò xuất sắc vết son
Vang danh Bình Định thầy cô hãnh diện!

Em TRINH VƯƠNG chiếc áo dài tha thướt
Đặc San "Lá Mơ" ngày đó còn đâu!
Đón em cổng trường mất ngủ canh thâu
Thời cắp sách những cuộc tình vụng dại

Nhớ BỒ ĐỀ bên ngôi chùa đỏ mái
Áo dài xen với áo trắng quần xanh
Nhớ những kỳ cắm trại mãi cuối gành
Mộ Thi Sĩ họ Hàn xa tít lối!

Qua Trường nữ NGÔ CHI LAN gió thổi
Áo dài bay theo sóng gió lung linh
Anh NHÂN THẢO dừng xe đạp lặng nhìn
Tim cuống quít đập liên hồi ngây ngất

Qua TRIỀU THUẬN - SỸ NHƠN mưa lất phất
Xôn xao tiếng đàn văn nghệ cuối năm.
Trường ĐẶNG ĐỨC SIÊU ngỏ khuất lối êm
Học trò ĐỐNG ĐA vẫn ngày nào thi giỏi?

QUI NHƠN NGHĨA THỤC nhớ đường mưa ướt
Em che dù lả lướt ngọn sầu đông
Anh dầm mưa theo gót ngọc tỏ lòng
Trường LÊ LỢI đợi mùa thi năm tới!

Nàng Kiều

Tha hương ta bỗng u mê
Hồn thơ chắc cạn hồn quê hãy còn
Cuối đường ngàn dặm nước non
Lạ người lạ cảnh nhớ đường mòn xưa

Sau mùa nắng hạn lại mưa
Cali ẩm ướt lưa thưa giọt sầu
Em ở đâu anh ở đâu
Nào người nào cảnh nào sầu nào thương

Xứ người nhận làm quê hương
Cố quên tiếng mẹ có thương tiếng người
Khó khăn vẫn giữ nụ cười
Sướng vui vẫn nhớ sắn tươi muối vừng

Khổ sai đày đọa đã từng
Đường xưa kỷ niệm còn ngần ấy sao
Quê người như giấc chiêm bao
Nàng Kiều lưu lạc nơi nào là đây!

(Cali những ngày đổi đời 1990)

Nguyện cầu

Ta không đếm tháng ngày đã lâu
Cả một năm hai ngàn hai mươi
Ngày cũng như đêm chẳng suy tư
Trốn trong nhà như hang đàng chuột
Cơn đại dịch tràn vào xuôi ngược
Nhân loại đắm chìm khắc khoải mê
Xác chết đếm hàng ngày
Dịch bệnh mỗi giờ mỗi khác
Trời Âu, Trời Tây, Trời Đông xơ xác
Nhân sinh như ngừng thở chết im lìm
Lại còn thêm cuộc bầu cử ứ tim
Thiện và ác cò cưa đời tang tác
Vaccine đến khiến mơ niềm an lạc
Con Cô Vy Vũ Hán chưa chịu đầu hàng
Đón năm mới người vẫn chết tràn lan
Các bệnh viện không có giường cứu bệnh!
Hãy nhắm mắt cùng chung nhau cầu nguyện
Cho mặt trời vẫn chiếu sáng an lành!
(30-12-2020)

Nối bước Quang Trung

T ay kiếm tay cung vẫy vùng Nam Bắc
Â n tình sông núi gánh vác hai vai
Y ên sơn hà toàn vẹn chí làm trai
S ạch bóng giặc vang danh tài thao lược
Ơ n Quang Trung muôn đời sau nối bước
N on nước mạnh giàu nguyện ước tương lai!

(Ngày Chiến Thắng Đống Đa 1997)

Nói với tuổi trẻ Việt!

(Của một lính già)

Sương gió cuộc đời vương níu ta
Giã từ mùi mẹ thoáng hương xa
Ngàn trùng cách trở quê yêu dấu
Thoáng chốc thời gian tóc đươm hoa

Màu hoa trắng điểm mái tóc xưa
Nhớ quá xóm thôn nhớ rừng dừa
Nhớ ngôi trường nhỏ thời tiểu học
Chân đất đến trường buổi sớm mưa!

Bài học "Bác Hồ" tắm đêm đông(?)
Paris "nướng gạch" thay chăn bông(?)
Kác Mác - Lenin trùm dân Việt
Gần thế kỷ qua chết đầy đồng

Ta học được gì thời niên thiếu
"Đấu tố" san bằng ác tuyệt chiêu
Muôn năm "Xô Viết và Trung Quốc"
"Mỹ cút Nguy nhào" tổ quốc tiêu!

Lý - Lê - Trần - Lê Lợi - Quang Trung
Dựng xây đất nước chí kiêu hùng
Con cháu đời này đem dâng hiến
Dân tộc Việt Nam bước đường cùng

Ta đã một thời lăn lóc qua
Cùng chung giữ nước quyết xông pha
Gươm rơi súng rụng trong tù ngục
Tị nạn tha hương mất quê nhà

Tội đồ dân tộc bán quê hương
Đất mẹ giờ đây lắm đoạn trường
Hán hoá - đoạ đày dân vô cảm
Đạo đức suy đồi lắm tang thương!

Ôi thôi! Nhìn lại đã quá già
Sức cùng lực kiệt chí rời xa
Tuổi trẻ đâu rồi kề vai gánh!
Thoát Cộng - Thoát Tàu ắt chẳng xa!

Nước Chảy

Quê hương một khối tình hoài,
Từ phong sương ấy đếm dài thời gian.
Bụi đường ngẫm bước quan san
Con tim nhỏ bé trước ngàn phong ba!
Chiến tranh - bão táp – mưa sa...
Dòng sông bồi lỡ cũng là nhân duyên!
Quên đi từng phiến ưu phiền,
Cho nguồn nước chảy vào miền lãng quên!

Quê hương tôi!

Nửa đêm thức giấc mộng vỡ tan
Từng phiến hồn rơi biển xốn xang
Vầng trăng ngày củ soi song cửa
Quá khứ đường xưa bỗng bàng hoàng!

Nhớ quá Nam Ô - Biển Sơn Trà
Sông Hàn - Cửa Đại - Hội An xa
Ải Vân nhìn biển hồn non nước
Tôm cá sình trôi sóng vỡ òa!

Quảng Trị Quảng Bình đến Thừa Thiên
Xuồng ghe nằm ụ khóc Tư Hiền
Thuận An - Vũng Áng làng xóm chết
Bão lũ cùng người nhập cơn điên!

Có phải quê hương ta đó không?
Bốn mươi hai năm bão sấm giông
Biển đời nhiễm độc người nhiễm độc
Mai một rồi sao giống Tiên Rồng?

Sóng Xuân!

(Mừng Phật Đản Sanh)

Như làn sóng tràn
Dòng suối mát trong
Mùa Xuân hơn hai nghìn năm trăm năm
Ngọn gió Xuân từ độ ấy....
Khơi dòng
Ánh nắng vàng chiếu muôn màu
                    lóng lánh...
Chim oanh hoan ca
Vang vang thần thánh
Đại hồng chung điểm trầm bổng
                    ngân nga...
Để muôn loài đón ánh sáng chan hòa
Hào quang tỏa từ Thích Ca nhập thế...

Ôi! Hơn Bốn mươi năm
Con xa bàn tay mẹ
Trãi giọt sầu
nhìn quá khứ đớn đau
Nhớ quê hương... từng nải chuối buồng cau
Tiếng ngân trải hồi chuông chùa êm ả!
Xa! không xa
Nhưng hình như xa lạ
Quen! không quen
nhưng tiếng nói giống nhau
Có lẽ nào lời kinh dạy quên mau
Mùa xuân ấy... mùa xuân giờ tủi nhục!

Ta

Ôi! sao ta lại khóc
khi nghĩ về quê hương
Ôi! Sao ta lại nhớ
Những mãnh vụn bên đường

Những hàng dừa cụt ngọn
máu tanh tưởi dòng sông
Tiếng cuốc kêu bờ dậu
Tang thương và ước mong!

Bao nhiêu năm đã qua
Mang vết thương xé da
Theo dòng đời run rũi
Ôm tình yêu thiết tha

Ta đày ta biệt xứ
Ta nhìn ta rưng rưng
Ta trách ta vô dụng
Ôi hổ đã xa rừng!

(1994)

Tam quan!

Nếu có một ngày
Về Tam Quan phố
Bạn bè xưa
còn ai biết đến ta? Nắng
quê hương
tình xưa gọi thiết tha. Người
đâu lạ!
chẳng còn ai tiếng "nẫu"!

Thằng nhảy núi đã chết thời khói lửa,
Đứa cụt chân về thành phố ăn xin!
Còn mấy thằng làm lớn ở "biu đing", (*)
Đang "hồ hởi" bán mua tình "đồng chí"!
Lớp lính "Quốc gia", quên đời mộng mị
Dấu tích! lưu đày! thù hận! chiến tranh!
Ôi! Tam Quan biển cát quyện dừa xanh
Đi từng bước nghe hoang đường chủ nghĩa!

Nếu về lại
Ngắm rừng dừa, trảng mía
Ngắm tình người
như đong chén gạo xưa
Trái tim khô
như thoi thóp hương thừa
Ôi cô quạnh giữa rừng người xa lạ!
(2004)

(*) building

Tết

Hàng ngàn bàn tay
Một rừng cờ và hàng vạn cánh hoa
Diễu hành trên phố Bolsa
Sức sống vương lên ngày hội Tết
Một nỗi mừng vui
Sao dòng lệ chan hòa!

Ôi mấy mươi năm
Lịch sử đắng từng năm
Đất người xây cuộc sống
Hồn mơ cõi xa xăm

Ta mơ những bàn tay
Chung lý tưởng hôm nay
Một ngày trên đất mẹ
Cờ vàng quyện gió bay!

(Tết 1997)

Thăm!

Năm nay ta chẳng được hát ca
Cùng nhau sum hợp khắp gần xa
Cấm túc trong nhà bao ngày tháng
Chẳng dám thăm nhau dù gần nhà!

Văn Bút gần xa đều thanh thản
An tọa trong hang với cháu con
Các Miền Văn Hữu đều khỏe mạnh
Thọ thọ khang khang vẫn vuông tròn!

Chúc chúc nhà nhà câu trường thọ
Khỏe khỏe an an dạ chẳng sờn
Hẹn hết thiên tai ta lại gặp
Đá mòn nhưng dạ vẫn sắt son!

Thôi!

(Tặng làn sóng người bỏ thành phố về lại quê trong đại dịch ở VN)

Ly trà nhạt mừng nhau một sáng nắng
Ngày đoàn viên sao vắng bóng nụ cười
Trên vai em vết máu hãy còn tươi
Từ thành phố em về trong cơn bão
Cơn bão đời! cho cuộc tình điên đảo
Cơn bão lòng như tiếng nấc thời gian
Em trốn đi trong tiếng khóc bàng hoàng
Em trở lại màu trời sang thu sớm
Hãy im đi lời vuốt ve ong bướm
Hãy dừng ngay những ích kỷ thấp hèn
Toàn lời hay rao giảng những bon chen
Đời bạc bẽo cho mình em gánh lấy!
Ừ! về lại bãi ngục tù nơi ấy
Trong đớn đau để không thấy có mình
Để không còn hy vọng sẽ hồi sinh
Chẳng còn đẹp như những ngày thơ mộng
Quê hương xưa ngọn gió tuông lồng lộng
Cuộc đời buồn vào giấc mộng truân chuyên
Tình sử miên man chẳng chút ưu phiền
Thôi từ giả những bình yên mộng mị!
(thu 2021)

Thống nhất!

Ta không thể ngồi nhìn phường bán nước,
Không ngồi im mặc tổ quốc tiêu vong!
Một lũ cuồng dâng đảo cắt non sông,
Quì phủ phục quên tổ tiên giòng giống.

Ôi!
Trời Phương Nam bốn nghìn năm lương đống,
Bao anh hùng gìn giữ lấy cõi bờ,
Đuổi Nguyên Mông – Hán Đế đến Minh Thanh
Sao có thể – lũ tội đồ bán nước?

Bao năm qua khắp năm châu xuôi ngược,
Dân Việt Nam lưu lạc bốn phương trời,
Tránh bạo quyền tìm dân chủ tự do,
Đã đến lúc cùng góp tay chống giặc!

Nhưng hỡi ơi!
Lũ bạo ngược càng ngày càng bạo ngược,
Ôm quân thù tự nguyện hiến non sông,
Khi toàn dân trong nước thế đồng lòng!
Cùng lật đổ tập quyền phường ác đảng.

Ta, hải ngoại, sẽ về bừng mây sáng,
Cùng anh em tay nắm chặt kết đoàn,
Diệt nội thù – giành dân chủ tự do!
Quét" Đại Hán" khỏi cõi bờ – hải đảo.

Thế hệ trẻ về dựng xây tổ quốc,
Đem vinh quang tân tiến ánh bình minh.
Trăm triệu con tim tay nắm lặng nhìn,
Cờ tổ quốc tung bay mừng "thống nhất"!

Thù

Rừng cây đó
Bốn mươi lăm năm rồi... vẫn thế!
Con đường xưa thay đổi với thời gian
Tỉnh Lộ 7 ngút ngàn phân người chết,
Máu quân dân cuộc "di tản" năm xưa!
Ta rưng rưng nhìn gió hút rừng thưa,
Lá xào xạc tưởng oan hồn réo gọi
Nước sông Ba vỡ òa sang màu đỏ
Chim rừng kêu rờn rợn cõi hoang đường!
Từng xác thân rục nát cõi mù sương
Lòng đất mẹ những u hoài thấm hận.
Bốn mươi lăm năm những oan thiên trường hận,
Vết thương lòng vẫn òa vỡ mủ tanh!
Chữ nghĩa đỏ đạp chà hồn dân tộc.
Miệng hô hào vì tự do độc lập,
Gối lại quỳ dâng đất biển cho Tàu.
Ôi Việt Nam chỉ bốn chục năm sau
Đã biến dạng thành tỉnh bang Tàu Cộng!

Tìm về lối xưa

Con đường cũ dẫn vào rừng thuở nhỏ,
Bỗng xôn xao đón khách lạ trở về,
Lá mùa thu đang díu níu cành lê
Con sóc nhỏ biến nhanh vào hang động!

Khách viễn du đã mấy năm lạc bước,
Lòng xôn xao dưới tàn lá thay hương,
Từ hóc hang ngõ ngách cõi mù sương,
Bỗng đứng dậy vẫy tay chào quá khứ

Ta đã soi lòng đỏ xanh vàng tím,
Màu cầu vồng giữa hơi nước phong ba!
Ánh mặt trời màu trắng chợt thay da,
Thành ngũ sắc cõi sơn hà mộng mị!

Em mặc áo đỏ đâu màu nguyên thủy?
Anh áo vàng thề thốt chuyện ngàn năm!
Ta lại gặp nhau từ cõi vô tâm,
Giữa rừng xưa đầy lá khô rơi mục!

Ai sẽ quét lá ươm mờ tâm thức,
Dọn con đường vào cõi mộng ngày xưa?
Nối lại cuộc đời giữa một rừng mưa!
Em đẫm lệ ôm anh ngày sum hợp!

(1982, sau những ngày tháng tù đày)

Trao ấn!

Mộng Kinh Kha không bỏ
Nhưng đã gia
Tay cầm kiếm đã run
Mộng tung hoành chưa bỏ
Nhưng lưng khòm
Chí khí mõi mòn theo
Mong theo tiếng quên reo
Dựng cờ phục quốc
Nhưng trong ta đã mất
Sức tuổi trẻ dẽo dai
Mong xây dựng ngày mai
Nhưng đã muộn
Trí óc đã mờ phai...
Ta tìm người trao ấn
Tuổi trẻ đâu
Hãy nối bước dựng cờ!
(tháng 4 năm 1994)

Tôi lập chính phủ lưu động!

(1988 - Phong trào lập chính phủ lưu vong
ở hải ngoại đắt hàng - nên tôi cũng vội vàng thành lập!)

Hôm qua tôi nằm mơ
Thấy rồng vàng mách bảo
Nói với tôi đã đến thời cơ
Làm chính trị phải biết phất cờ đón gió...

Vợ tôi từ nhỏ
chỉ lo việc gia đình
Khi nghe tôi một mình
Muốn đội đá vá trời
Đã "hồ hởi" ngỏ lời xin gia nhập!

Kính thưa các cấp các ngài
Thưa các Hội Đoàn Tôn Giáo
Nay tôi tuyên cáo
Lập chính phủ Quốc Gia
Vì không căn cứ cắm cờ
Nên gọi là Chính Phủ lưu động...

Tôi xin cam đoan:
Chống Cộng, đoàn kết các mọi người
Tôi lên làm Tổng Thống
Chức Phó cho vợ tôi
Không bàn tính lôi thôi
Con tôi giữ chân Thủ Tướng!

Tôi sẽ kiếm tiền vay mượn
Từ "trong nước" hay bất cứ của ai
Phổ biến trên TV, báo chí, trên đài...
Mời các Ngài cùng chia quyền hưởng chức

Nếu ta cùng giúp sức
Lo gì chuyện không thành
Chúng ta quyết đua tranh
Giành cho được "Fund" từ mọi phía
Người ta đã lập nhiều chính phủ
Đủ mọi thứ liên danh
Nhưng chúng ta quyết giành chính nghĩa!

Thưa quý vị cao niên
Thưa Đồng Hương "tị nạn"
Chính phủ của tôi rất đơn giản
Mong có dịp sẽ đón gió trở cờ
Mong có ngày chia quyền trong nước
Ai chống Cộng chối từ hợp tác
Nên biết trước - Chính Phủ tôi sẽ lần lượt

Lập tờ trình báo cáo với "trên"!
Bởi thế cho nên
Tôi tuyên bố: Nay THÀNH LẬP CHÍNH PHỦ
LƯU ĐỘNG!
Để đáp ứng với tình hình
Hỡi Đồng Bào - Quốc tế!
Xin nhiệt tình ủng hộ
Kính cáo!
Cali ngày 20-10 năm 1998
Tổng Thống
Lê Anh Dũng
(Ký tên và đóng dấu)

Tội đồ!

(tặng những Quân nhân chạy trước 30-4-75)

Tòa án nào xử ta
Quan tòa nào xử ta
Tên tội đồ trốn chạy
Trong trận chiến vừa qua

Ôi! tháng năm đau thương
Bao nhiêu năm giằn vặt
Ta trốn bỏ quê hương
Giang sơn vào tay giặc

Sao trong ta hèn hạ
Sao trong ta ngây thơ
Ta tiếp tay tàn phá
Tương lai và ước mơ

Ta yên thân phì gia
Sống nhục nhã xứ người
Giặc cày nát quê cha
Tuổi trẻ chẳng nụ cười...

Hỡi quan tòa lịch sử
Hỡi tòa ản lương tâm
Hãy lôi ta ra xử
Không để chết âm thầm!
(1976)

Tu thân

Con người không có chữ "TU"
Giống như con vật đuôi mù man di!
Tu học từ tuổi xuân thì
Học ăn - Học nói - Học đi - học về!

Văn ôn võ luyện chuyên đề
Tu thân đạo đức tình quê hương mời
Kẻ Sĩ tu học cả đời
Phục vụ, cống hiến, tùy thời, tùy tâm!

TỀ gia trước hết TU thân
Cả đời phục vụ chuyên cần nhân sinh
TU HỌC là việc cho mình
Đến khi nhắm mắt an bình thảnh thơi!

Tự do

Bóng ngựa thời gian bỗng thoáng qua!
Vui Xuân mấy tiết đã than già.
Ngày xanh thoáng bóng thời ong bướm,
Quá khứ vàng son thưở gấm hoa!

Rợp bóng dừa nghiêng trời Cửu Lợi
Thong dong sóng cuộn nước Gành Gà!
Tha hương viễn khách chờ Xuân đến
Đứng ngắm trời mây… nhớ nước nhà!

Tuốt kiếm!

Giống như loài chim bói cá tìm mồi,
Trên dòng sông đầy ô bẩn rác trôi...
Em bé trần truồng phơi trong nắng
Tép cá nào còn tim quặng tím môi!

Giống như loài hải âu từ biển đảo,
Cá chết điệp trùng giương mắt nhìn
Ngư dân với biển dài ngàn hải pháo
Chết trước khi thống thiết gọi muôn tim!

Giống như cây rừng cạn nguồn khô hết,
Muôn loại thú rừng giương mắt nhìn trời
Chín chục triệu người ăn gì cũng chết
Con cháu Rồng Tiên trốn lạc muôn nơi!

Ta một thuở vang lừng Nam Á
Có thể nào hèn hạ tự trói mình!
Cùng ngàn năm nhân kiệt địa linh,
Hãy tuốt kiếm cùng nắm tay đứng dậy!

(12-6-2018)

Tượng đài Quang Trung tại Hải ngoại!

Cơn giông tố phủ cuồng nước Việt,
Bắc Trung nam gió thét sóng gào.
Bao triệu người khổ đói xanh xao,
Thuyền Tổ Quốc chòng chành chìm đắm!

Hịch Bắc chinh quyết vì dân đánh dẹp,
Chiến bào yên cương tả đột hữu xông
Nam thắng Xiêm La hỏa tốc thần công,
Bắc tiến tốc kỳ quân Thanh chạy chết!

Nhớ Linh xưa Quang Trung Nguyễn Huệ
Ngọn cờ Đào phất phới tung mây
Chinh Nam Phạt Bắc khắp đó đây
Xứng mặt anh hùng thời tao loạn!

Giành giang san ngàn đời vững dệt
Ách ngoại xâm cút khỏi biên cương
Nhớ Quang Trung dù xa xứ viễn phương
Con cháu góp xây Tượng Đồng uy dũng!

Việt Nam khắp Nam Châu trụ vững
Hãnh diện bên bóng dáng Quang Trung
Lillte Sài Gòn Tượng Đại Đế anh hùng
Hào quang tỏa ngàn đời sau hãnh tiến!

Tưởng!

Bóng Xuân vừa thấp thoáng quay về
Thiên tai đại dịch bỗng tứ bề
Nhân loại thế gian như ngừng thở!
Trốn dịch Cô Vi dài lê thê!

Hai mươi hai mươi là bốn nút (2020)
Đại loạn "màu da" thật nặng nề
Lịch sử đem vùi thiêu trên lửa
Đạo lý kỷ cương loạn hôn mê!

Phe đảng to hơn lòng yêu nước
Tham quyền quên hết mọi lời thề!
Văn Hữu Việt ta tùy tâm tưởng
Luyện lòng son sắt mặc khen chê!

(tháng 7-2020)

Ươm mủ!

Con cháu Hùng Vương vượt biển Đông
Thuyền vỡ bảo giông xác bềnh bồng
Tháng Tư ngày ấy đời tơi tã
Bốn lăm năm rồi ai nhớ không?

Anh ở bên đời em ở đâu?
Tìm nhau năm tháng khấn, nguyện, cầu,
Con thuyền năm ấy chìm trong sóng
Thân xác em tan giữa biển sâu!

Anh sống đơn côi năm tháng buồn
Nhớ em giọt nắng rớt nhoà hơn
Vết thương càng xoá càng ươm mủ
Bóng tối đời sao phủ mọi đường!

Vận Nước

Lớp lớp người đi lớp lớp về,
Chập chùng sương khói buốt lê thê,
Người đi một nửa đời phiêu lãng
Nhìn lại sau lưng hận não nề!

Ta hận cuộc đời khéo chua cay!
Đem sơn phết vạch hận Đông Tây?
Nửa đêm thây chết hồn tru uất,
Mưa máu ngày đi vệt én bay!

Mùa Thu đã chết mục lá thu,
Sầu ai đượm ướt giết hận thù,
Cô đơn ngồi ngóng khung trời lạnh,
Một kiếp luân hồi bải phù du...

Duyên số chúng ta trước cuộc đời,
Vào tù ra khám phận hỡi ôi!
Quê hương rung chuyển thời chiến quốc,
Lưu lạc xứ người tơi tả tơi!

Mây đỏ, cờ hồng phủ chân ai,
Điên điên tỉnh tỉnh giọng ngân dài,
Đem dâng tổ quốc vào tay giặc,
Hết non thế kỷ oán hờn ai?

Thì thôi non nước chỉ mãi ru!
Chân cầu cua cá ngó nhau ngu,
Ngóng về quê mẹ đòi quyền sống,
Chiêu hồi dân chủ chí ngàn thu!

Vết thương

Cờ reo vui trong gió
Lá cờ bay vang bóng vẫy tay chào
Tiếng quân hành bổng vút
Vút lên cao...
Như tiếng gọi tự hào ngàn kiếp trước!

Kiếm thép quân trường
Anh Bộ Binh bên màu xanh hải điểu
Mây không gian
Đường chim bay chí khí ngút ngàn
Trong lòng người chiến sĩ

Mấy mươi năm
Vết thương còn rỉ máu
Bó sao lành
kêu gào đoàn kết yêu thương!

(1995)

Vết thương còn sủi tăm

(kính tặng những cô phụ trong cuộc chiến Quốc Cộng)

Theo chân anh cả đời cùng khắp chốn
Nét thời gian in đậm nẻo thiên đường
Có những lúc gối chăn bùng tơi tã
Sóng vồ gió lốc quyện xoáy vết thương

Em tự nguyện như tín đồ dâng hiến
Mắt lim dim khấn vái cõi huyền vi
Cùng quấn quít nỗi đau thời chinh thiến
Nghiệt ngã xa nhau giữa tuổi xuân thì

Câu ca dao con cò một thời lặn lội
Đi ăn đêm lỡ vướng phải cành mềm
Rớt xuống ao không tài nào bay nổi
Quê hương chiến trường nợ máu nặng thêm

Hết binh đao hơn bốn mươi lăm năm
Có trên mồ anh cháy khô màu tủi hận
Giọt máu không hòa ướt âm ri sủi tăm
Giãi khăn tang em mang đời lận đận!

Vó câu tháng Tư!

(Mặc niệm những anh hùng tử sĩ tháng Tư Đen)

Em muốn thở trong anh tình chế ngự,
Để cho lòng nhẹ hẳn nỗi bâng khuâng,
Con tim yêu cứ đòi lời tình tự
Nhưng chẳng thể nào hưởng được hồng ân!

Em một cõi đời xa xưa mật đắng,
Tình bay cao như mây trắng tan mau,
Em đứng đợi ngựa hồng về chiến thắng,
Mang âm ba tiếng sông núi ngàn sau!

Ngựa hồng về vó câu nghe lạc điệu,
Như tiếng chân vấp ngã thoáng chênh vênh
Ngóng cao cổ em nghe hồn ngất xỉu!
Lưng ngựa gầy yên rách nát buồn tênh...

Em cô đơn ngồi bên bờ thần chết,
Đếm thời gian để hy vọng một lần,
Anh tuyệt tích nỗi quạnh hiu đan dệt,
Sao nghẹn ngào cứ mãi chực trào dâng!

Vợ lính!

(tặng vợ tôi cùng sánh vai trong cuộc đời)

Em nhớ tuổi học trò đầy hoa gấm,
Áo dài xưa mang kỷ niệm kỳ quan
Sách vở bạn bè hoa mộng trần gian
Ôm hoài bảo một thiên đường tuổi trẻ!

Tuổi đôi mươi bổng bướm ong khe khẽ
Len vào tim hình ảnh một chinh nhân
Bóng dáng ai khí phách lẫn phong trần
Em ngã quỵ trước chàng trai lính chiến
Yêu nhau khi quân trường anh tôi luyện
Thời chiến tranh đang tàn phá quê hương
Bao người trai đã ngã gục chiến trường
Em run sợ tương lai và định mệnh!

Là vợ lính như con thuyền không bến
Nay Tam Quan mai Tân Cảnh Pleiku
Chia cho nhau cơm sấy, lạnh, sương mù!
"Mùa Hè Đỏ Lửa" đến tháng Tư mất nước...

Nuôi con thơ ngồi trên tàu xuôi ngược
Hoàng Liên Sơn - Yên Bái đợi thăm chồng
Đất nước lầm than Nam Bắc Tây Đông
"Kinh tế mới" mồ chôn người vô tội!

Bao năm trường nuôi chồng và mong đợi
Một phép mầu cứu lấy cả non sông
Cuối con đường chợt một buổi sáng hồng
"Tù Chính Trị" được ơn trên cứu rỗi!

Em sung sướng cùng chồng con đời đổi
Mong có ngày được về lại quê hương
Sát cánh cùng nhau đập nát bạo cường
Xây dựng lại Việt Nam tự do dân chủ!

Ý thơ ngày Tết!

Người nghệ sĩ thật đa tài
Đặt cho ngày tháng mãn khai đủ màu
Thật ra trời đất trước sau
Ngày thì sáng loá đêm màu tối đen!
Con người suy diễn bon chen
Biến hoa hấp dẫn bướm lèn nhuỵ bay...
Tết về do tưởng tượng hay
Mùa Xuân cũng giống những ngày đã qua...!

Cõi an nhàn!

Đường trường ngựa hí đời nghiệt ngã
Thế sự bao phen chuyển cánh buồm!
Hướng Đạo vượt qua nhiều bảo tố
Hương đời vẫn vững trước sóng tuôn!

Hoa Hướng Đạo bốn màu tươi đẹp
Vàng xanh tím đỏ sắc hương bay
Ba dòng sông chảy giàu đất nước
Sáng Bắc Trung Nam rộn tháng ngày

Hướng Đạo Trưởng Niên gặp nhau đây
Cùng ôn kỷ niệm thuở hao gầy
Nhớ về Bạch Mã - Tùng Nguyên ấy
Còn mất người xưa bóng lất lây!

Đóa hoa già cỗi màu vẫn đẹp
Tuổi quá thất tuần vẫn hát vang
Vẫn yêu lời hứa, mười điều Luật
Đời vẫn cho ta cõi an nhàn...!
sóc lanh lợi

Khóc Tr Nguyễn Trịnh Cường

Anh bỏ cuộc chơi rồi đó sao?
Bỏ luôn người vợ vốn công lao
Cùng chơi Hướng Đạo - cùng diễn kịch!
Cùng tóc cùng tơ khóc nghẹn ngào

Anh vẫn còn trẻ vẫn xông pha
"Thẳng Tiến" gặp nhau cùng cười khà
"Bách Hợp" mới vừa chia tay đó
Thế mà giờ lại khóc chia xa...

Vợ chồng "Trịnh Cường" xứng ngợi ca
Thơ văn kịch nghệ lắm tài hoa
Hướng Đạo Trưởng Niên buồn thương tiếc
Nước Chúa giờ anh cũng phôi pha!

Mơ về

Sương vừa tan ta ngồi tâm tưởng,
Oregon biên biếc màu xanh
Trại Trưởng Niên không khí trong lành
Rừng hoan hỹ đón chào HOA HUỆ ĐỎ!
Tiếng hát bốn phương len theo nhịp thở
"Bách Hợp 15" vương vấn lời ca
Bốn mươi năm nhớ mẹ thiết tha,
Mùa thu ấy và quê nhà tan tác
Ôi một thời xa quê lưu lạc
Hứa ngày về tiếng hát sẽ vang vang,
Hướng Đạo Việt Nam dòng thác tuôn tràn
Hướng tuổi trẻ về nguồn mang hạnh phúc!

(Trại Bach Họp 2015)

Mừng làng Quảng Tế 14 tuổi

Hướng Đạo Trưởng Niên có một nhà
Gom thu giọng Huế - Quảng Tế ca
Nào En nào O Nào Ôn Mệ
"Gắn Bó" vào nhau vui tuổi già
Mỗi lần Nhạc Hội "Ơn Anh" mở
Quảng Tế tuy già vẫn xông pha
Họp Đoàn thuận tiện đều có mặt
Cũng múa cũng ca rất chan hoà
Mười bốn năm - Ta mừng sinh nhật
Giọng Huế dù Tra vẫn Huế Ta!

Thơ ngẫu hứng
từ trại "Sắp Sẵn" San Diego

tặng những ai có mặt
trong 3 ngày trại "Sắp Sẵn" 2018

01 - LÀNG BÁCH HỢP VÙNG VỊNH

Trại "Sắp Sẵn" kỳ này vui quá
Làng Vịnh xa xôi cũng dự phần
Mỏ Nhọn đem theo nhiều Mỏ Nhọn
Nhọn Thơ - Nhọn Hát - Nhọn bao sân!
Thơ văn lém lỉnh tài đối đáp
Kẻ cất tiếng ca tựa chuông ngân
Trưởng Niên khắp chốn đều khâm phục
Hẹn lại gặp nhau nối tình thân!

02 - LÀNG QUẢNG TẾ

Trưởng Niên Quảng Tế quyết tham gia
Quý Ôn, quý Mệ dẫu đã "tra" (già)
Dìu nhau "Sắp Sẵn" ta cùng hát
Gậy chống, tay run vẫn múa ca!
Theo lên cao độ ba nghìn phít (3000 ft)
Quanh co đường dốc ngắm lạc đà
Hướng Đạo càng già càng mê trại
Phục lăn Ôn Mệ Huế của ta!

03 - GIA ĐÌNH BÁCH HỢP

Gia Đình Bách Hợp của ta
Chăm lo "Ẩm thực" cà nhà Trưởng Niên
Một xe lương thực "trâu điên"
Lo ăn hơn bốn chục "tiên" hạ trần!
"Về Nguồn" thơ thả vang rân
Đóng vai "Sư Cụ" tinh thần Phật Gia
Trò chơi văn nghệ đờn ca
Góp phần "Gắn Bó" tình già tình thơ
Bầu Chương xứng đáng cầm cờ
Vẹn toàn sau trước giấc mơ "kết đoàn"

04 - BAN QUẢN TRẠI và TRẠI SINH THIẾU

Trong rừng vọng tiếng hát ca

Các đoàn sinh Thiếu chan hoà niềm vui

Lều trại "SẮP SẴN" tới lui

Cổng chào cùng với cột cờ dễ thương

Khai mạc nhộn nhịp - kỷ cương

Khá khen các "TRƯỞNG" lên đường dấn thân

Ban Quản Trại thật ân cần

Khó khăn giải quyết tinh thần "NỐI DÂY"!

05 - PHỤ HUYNH

Con em đi trại dài ngày

Phụ Huynh khệ nệ chung tay "theo cùng"

Cũng lều cũng chỏng lung tung

Cũng bếp cũng núc lùng bùng khó khăn

Tương lai giáo dục trúc măng

Cha mẹ cũng giống như rằng... "TRƯỞNG NIÊN"

Cũng ca cũng hát cũng "ghiền"

"Về Nguồn" văn học "thơ tiên" ôn bài

HƯỚNG ĐẠO đường của tương lai

Con em mình sẽ so tài thấp cao!

04-9-2018

sóc lanh lợi

Thơ tặng
Làng Bách Hợp San Diego

(Họp mặt mừng năm mới Kỷ Hợi 2019 –
Tham dự: Làng Vùng Vịnh, Làng Quảng Tế. Gia Đình
Bách Hợp Nam Cali –
Chung vui với nhau ngày 17 tháng 2 năm 2019)

Trời đang lạnh, sao ta thấy ấm

Hoa Hướng Đạo nở thấm lòng nhau

San Diego anh trước tôi sau

Họp đoàn năm mới vạn màu hoa xuân

Vùng Vịnh xa cách ngàn trùng

Gia Đình Bách Hợp về cùng họp duyên

Quảng Tế góp mặt ưu tiên

Nối giây thân ái - thuyền quyên rạng ngời

Trưởng Niên ca hát cùng cười

Làng San Diego người người hân hoan!

Hẹn nhau "Bách Hợp" nở tràn

Ta cùng đoàn tụ với ngàn lời thơ!

Trưởng niên
Họp mặt trên ... Phôn!

Thế giới sao bỗng nhiên ngừng thở
Kẻ thù vô hình mở cửa âm ty!
Vũ Hán sản xuất CôVi
China virus tung đi mọi miền
Khắp năm châu nó đều có mặt
Cả loài người khóa chặt cổng nhà
Paris - New York - nước Nga
Cali - nước Ý... trên đà lây lan
Khắp các nẽo lệnh ban khẩn cấp
Rằng mọi người phải trốn phong ba
Anh em Hướng Đạo chúng ta
Bỗng ngưng sinh hoạt vào ra buồn tình!

Râu mấy ngày tức mình không cạo
Tập trong nhà thể dục cầm hơi
Bổng nghe phôn réo gọi lời
Thì ra Mỏ Nhọn: "Sóc ơi Sóc à!"
Nghe trong phôn sao mà đông thế
Hình như là họp trại đâu đây:
"Giới nghiêm dám tụ đông tây?"
Tiếng cười chế nhạo sum vầy trong phôn
Rằng: "Trưởng Niên cùng nhau chung "talk"
"Sóc nhận ra tiếng nói ai hông...?"
"Tiếng thì Sóc nhớ, tên không?
"Nàng dâu Dallas nữ hoàng kịch ca!"
Trên phôn là mấy "hoa" - "đực rựa"
(Quảng Tế) Xuân Huề (Seallte) Phúc Nguyên

Mỹ Lộc (Houston) đoàn viên
Dzũng Già - Phương "tóc đỏ" (Seallte) góp phôn
Bạch Yến Dallas khoái cười giòn
Quang Vinh (San Diego) vui hỉ hả
Mỏ Nhọn biệt tài khai phá
Gọi họp online sao đã quá chừng!
Họp trên mạng cùng nhau vui chúc
Thăm hỏi từng Làng xóm gia đình
Quên con virus chẳng tinh
Cùng nhau hứa gắng giữ mình khỏe vui
Cứ mỗi tuần họp nhau trên mạng
Gọi thăm nhau khuyến khích tinh thần
Mỏ Nhọn mời họp xa gần
Trưởng Niên vui thỏa quên phần cách ly!
Hoan hô Mỏ nhọn!
sóc 1-4-2020

KỊCH THƠ

NGUYỄN TRÃI gặp THỊ LỘ!

Nhân vật:

- **Nguyễn Trãi,** *trang phục bình dị từ thủ đô Thăng Long về thăm quê nhà.*

- **2 quân hầu** *mang theo gươm nhưng ăn mặc theo kiểu nông dân*

- **Một quân** *lính gánh hành lý*

- **Thị Lộ,** *với quang gánh những chiếc chiếu bông (chiếu gon) ăn mặc theo kiểu con gái Bắc Kỳ...*

Khung cảnh: *Làng quê ở Hà Tĩnh - xa xa có đồng lúa vàng, có người cày, con trâu...*

KỊCH MỘT MÀN

Hai quân lính nhanh nhẹn từ trong chạy ra - Dáng vẻ rất yêu đời trước khung cảnh tươi đẹp của quê hương:

Binh lính 1: *Ôi tuyệt vời quê hương mình đẹp quá,*

Cánh cò bay, con trâu vẫn chăm cày

Dân Nam ta vừa thoát khỏi cơn mê

Đã đuổi được quân Minh giành độc lập!

Binh lính 2: *Tướng Công trả xong thù nhà nợ nước*

Nay rảnh rang về thăm lại quê nhà

Nhìn cảnh thanh bình đẹp mặt ông cha

Trăm họ giờ đây hoan ca hạnh phúc

Lính gánh hành lý: **Từ phía trong màn quang gánh chậm chạp đi ra, có vẻ mệt, để gánh xuống, lấy chiếc nón quạt mồ hôi...:**

Từ khi thắng quân Minh

Ta vui cảnh thanh bình

Mười năm trời quyết chiến

Trăm họ thoát điêu linh!

Nguyễn Trãi từ trong thong thả bước ra, dáng khoan thai, tay cầm quạt, tay vuốt râu, nhìn về chân trời quê hương hiện ở xa xa:

Quê hương một khoảng trời yêu

Đường xưa lối củ con diều vương mây

Ta về thăm lại nơi nầy

Nhớ cha vạn dặm từ ngày biệt vong

Lời khuyên, con thuộc nằm lòng

Nằm gai nếm mật mười năm không sờn

Bây giờ lấy lại giang sơn

Cha già vạn dặm chẳng còn lời khuyên

Tuyền đài cha những phi nguyền

Nước non nay đã giữ yên cõi bờ!

Nguyễn Trải đi một vòng sân khấu - Có tiếng rao xa xa (từ trong vọng ra):

Chiếu đây! chiếu đây! ai mua chiếu không ?....

Chiếu Gon hoa đẹp bướm vờn

Hỏi người Quân tử neo đơn bấy chừ

Mua đôi chiếu đẹp thiên thu

Duyên may gặp được tiên từ trăm năm...

Thị Lộ từ trong gánh hàng chiếu Gon dịu dàng đi ra - Dáng dấp rất yểu điệu và hấp dẫn khiến cho Nguyễn Trải bị mê hoặc:

Ba người lính hộ tống suýt xoa:

Lính thứ nhất:

Có phải tiên giáng trần

Nơi thế tục dự phần

Muôn sắc màu dừng lại

Chỉ có nàng hiện thân!

Lính thứ hai:

Từ khi ta bước vào đời

Là lần thứ nhất sáng ngời cõi tiên!

Lính gánh hành lý:

Vai ta tuy gánh nặng

Nổi u thịt khắp nơi

Gặp tuyệt trần giáng tiên

Ngất ngây đến tuyệt vời

Trong lúc đó, Thị Lộ quan sát bốn thầy trò, cô khép nép đứng cách xa (gần sân khấu - chỉ nói cho khán giả nghe):

Trong bốn người giữa đường quê vắng

Chỉ một chàng dáng vẻ khoan thai

Có thể ta đã gặp anh tài

Đem thi họa quyết cùng Ngài thử sức!

Nàng bước chầm chậm đến trước Nguyễn Trãi cung kính và yếu điệu, tà áo dài tứ thân bay phất phới:

Chiếu nhà quê nơi thâm sơn cùng cốc

Dệt bằng tình yêu ấm áp tuổi xuân

Một đôi giá tám quan tiền

Mở hàng tiện thiếp có phiền lòng chăng?

Ba binh sĩ chụm đầu vào nhau thì thầm, trố mắt trước dung nhan tuyệt đẹp của Thị Lộ và chỉ trỏ muốn chủ nhân của mình đem nàng về dinh... Binh sĩ muốn nói thì Nguyễn Trãi khoát tay bảo im. Nguyễn Trãi tay vuốt râu, tay cầm quạt cười dí dỏm, hỏi:

Nguyễn Trãi:

"Ả ở đâu mà bán chiếu gon?"

Thị Lộ nhanh nhẫu cười rất tươi trả lời:

"Tôi ở Tây Hồ bán chiếu Gon"

Nguyễn Trãi ngạc nhiên trước sự trả lời mau mắn của nàng. Ông tiếp

"Hỏi xem chiếu ấy hết hay còn"

Thị Lộ lùng bùng chỉ vào quang gánh có những đôi chiếu hoa:

"Cớ sao ông hỏi hết hay còn?"

Nguyễn trãi không vừa, bước vài bước vuốt râu- hóm hỉnh hỏi:

"Xuân thu rày độ bao nhiêu tuổi?"

Thị Lộ vái Nguyễn Trãi và liếc tình:

"Xuân xanh nay được trăng tròn lẽ?"

Nguyễn Trãi tinh nghịch đi một vòng sân khấu nhìn nàng chăm bẳm:

"Đã có chồng chưa, được mấy con?"

Thị Lộ bước ra cạnh sân khấu - làm dáng, nói với khán giả:

Câu nầy tuyệt vời ý nghĩa - Ta đã trả lời mới có 16 tuổi - mà chàng lại hỏi có chồng chưa và được mấy con rồi hay là đã có mấy dời chồng rồi! Ôi Người đâu mà thông minh đỉnh đạt tuyệt thế đến như vầy....

Thị lộ trở vào đứng trước mặt Nguyễn Trãi, làm mặt giận, giọng có vẻ trau chuốt và kéo dài câu trả lời:

"Chồng còn chưa có, có chi...con!"

Thị Lộ không vừa, đối đáp câu cuối cùng làm cho Nguyễn Trãi rất phục. Ông rất hài lòng với người con gái trước mặt; bảo hai tên lính lệ:

Nguyễn Trãi:

Nầy các ngươi:

Rước nàng về dinh phủ

Cho ta đối diện thơ

Hiếm người đời hay chữ

Có thể là duyên tơ!

Ba lính thú vui mừng dạ rân - anh lính 1 chạy đến kề vai gánh chiếu:

Duyên trời định ba sinh thi họa

Đại anh hùng, gặp tuyệt thế giai nhân...

Nguyễn Trãi đến bên Thị Lộ đưa tay ra đón nàng:

Về dinh trướng cùng họa thơ đối ẩm

Dòng văn tài nối sử Việt từ đây

Gặp nàng tiền định sum vầy

Họa vô đơn chí xưa nay khó lường

Thôi ta về chốn phủ đường

Ân tình - duyên số - tơ vương sá gì!

Thị Lộ quỳ xuống nghiêng mình thi lễ:

Quân Tử ước nguyền câu sum hợp

Thuyền quyên quyết trọn chữ ân tình

Hai người cùng dìu nhau chào khán giả - màn từ từ hạ!

Lê Anh Dũng

VĂN

Mẹ!

Hồi nhỏ, ở những lớp tiểu học, có lần tôi được thầy dạy một bài học thuộc lòng như sau:

Đêm khuya giấc điệp mơ màng
Kìa ai săn sóc bên giường của tôi,
Giấc sinh chợt tỉnh bồi hồi
Kìa ai bế ẳm, kìa ai dỗ dành
Ấy là công mẹ sinh thành
Làm con phải hiểu phận mình làm sao!

Có lẽ lúc đó tôi còn ít tuổi nên học cho thuộc bài nầy cũng đã rất khó khăn. Tuy cố công học thuộc để lên trả bài lấy điểm, nhưng tôi cũng không hiểu gì về những ý ẩn chứa trong những câu thơ lục bát nầy. Tôi mơ hồ hiểu đây là một bài thơ ca ngợi người mẹ của mình, người mẹ sớm tối vì con, lo cho con từ miếng ăn giấc ngủ... Thế nhưng, khi tôi đã trưởng thành, có vợ, có con, tôi mới thấy hết được cái ý nghĩa của tình mẹ đối với con như thế nào. Hèn chi trong tục ngữ ca dao Việt Nam ta cũng đã có mấy câu:

Lên non mới biết non cao,
Nuôi con mới biết công lao mẫu từ!

Mẹ ruột bên trái quy tiên 2010 thọ 87 – Mẹ Vợ bên phải quy tiên 2020 thọ 104 (Lúc viết bài nầy thì hai Mẹ vẫn còn sống)

Người Việt Nam thường ít khi bày tỏ tình thương mẹ theo kiểu người Tây phương. Thậm chí cũng chẳng bao giờ ngó ngàng gì đến sức khỏe hay để ý mẹ mình muốn ăn gì, thèm thứ gì và cũng chẳng bao giờ cho mẹ quà cáp khi đi xa về. Thường thì chỉ mua quà cho vợ cho con mà quên bẵng rằng mẹ mình cũng cần an úi... Ôi! càng về già ta mới càng thấm thía và mới thấy hết được những suy nghĩ của người có tuổi. Người ta ví von rằng: Đời người ta được biểu diễn bằng một đường parapol, giống như một ngọn đồi, mới sanh ra là bắt đầu leo lên đồi. Đến 50 tuổi là đến đỉnh đồi. Từ đó là ta bắt đầu xuống dốc phía bên kia ngọn đồi. Gần cuối con dốc đó là tuổi già. Những ý nghĩ và thèm muốn trong tuổi ấy cũng giống như con nít vừa sanh ra đến 10 tuổi. Cho nên mới có câu: " Người già bằng con nít" là vậy.

Khi người mẹ già thấy con mình đi đâu về mà có món quà nhỏ, tuy chỉ là cái bánh ngọt hay một ít trầu cau cho mẹ... Người mẹ già sẽ vui sướng như đứa trẻ được quà! Cái tâm lý đó khi chúng ta còn trẻ không ai tưởng đến cả! Bây giờ, khi xa mẹ bao nhiêu năm mà không thể nào về Việt Nam một lần thăm mẹ, mới thấy hết được, cảm hết được những nghẹn ngào! Ai cũng có một người mẹ và chỉ biết có mẹ mình lo cho mình mà không, hay ít khi lo ngược lại. Ông cha ta cũng thường nói, "giọt nước chảy xuống thì tình thương cũng chỉ từ trên nhỏ xuống mà thôi". Điều này cũng là qui luật cuộc đời. Khi có thai, mang nặng chín tháng mười ngày rồi sinh con, cho con bú, canh giấc ngủ cho con, lo lắng khi con ốm gió trở trời, ôm con vào lòng dỗ dành giấc ngủ... Thì chừng đó ta mới cảm nhận được mẹ của ta như thế nào. Tình thương tuy cứ ban phát dần xuống, nhưng nó vòng vòng trong một hành trình đầy lòng thương yêu, chỉ có người nào từng làm mẹ mới cảm nhận được một cách tuyệt đối!

Ông Bùi Bảo Trúc thường viết những chuyện trên trời dưới đất, có khi viết những mẩu chẳng ra gì như đi máy bay ngồi bên người hôi nách hay bị ngồi bên cô gái đẹp mà đánh giấm chẳng hạn... Nghe nó chẳng ra chi! Nhưng lần nầy, khi tôi nghe ông đọc trên đài bài có đề tựa hình như là "Người đàn bà rẻ tiền nhất" thì thật tình tôi cảm động muốn khóc. Trong câu chuyện ông kể về người đàn bà không bao giờ muốn nhận quà của con mà chỉ muốn cho quà. Người đàn bà lo cho ông từng miếng ăn, thức uống, may áo cho ông dẫn ông đi học những ngày còn thơ, trông ngóng đàn con khi ra đi hay về trễ... Đến cuối cuộc đời người đàn bà ấy, người mẹ ấy vẫn chỉ muốn lo cho con mình mặc dầu biết chúng đã lớn, đã có gia đình... Người đàn bà ấy chỉ làm công không, không đòi hỏi tiền bạc gì cả! Ông Bùi Bảo Trúc muốn chạy về ôm người đàn bà ấy mà riết cho thật chặt, hôn thật lâu, nhưng bà đã là người thiên cổ mấy năm trước. Bây giờ, dầu muốn ôm mẹ vào lòng hôn cho thật lâu cũng không được...!

Đã mười sáu năm kể từ khi chúng tôi định cư ở Mỹ theo diện HO, chưa có lần về lại Việt Nam để hôn má, hôn ba. Ba tôi má tôi năm nay đã hơn 85, bà mẹ của vợ tôi trong tuổi 93! Thế mà chưa một lần những mong nhớ, chờ thương của họ được thỏa mãn. Tuổi già như chuối ba hương, Ba tôi năm ngoái bị xuất huyết não tưởng nằm liệt luôn, nhưng nhờ ơn phước, ông đang tập đi tập nói trở lại như hồi con nít... Má tôi cứ nói trong phone rằng "sao con không về cho má nhìn lần cuối..." Má đâu có biết con đang khổ như thế nào khi không được về thăm má một lần! Cách đây hơn 10 năm, nhân ngày mẹ của Hoa Kỳ, tôi có sáng tác một ca khúc tựa là " Suối Nguồn", nhưng cũng chỉ để hát cho các con tôi và bạn bè tôi nghe chứ chưa phổ biến. Lời ca như sau:

Mẹ bế con yêu, mẹ thức thâu canh,
ước mong con ngày khôn lớn,
Mẹ hướng con đi, vào biển bao la,
Sóng vỗ như đời xót xa...!
Từ lúc con đi, từ đó phân ly,
Chiến tranh, căm thù, nước mắt!
Mẹ vẫn ước mơ, lòng nhớ khôn nguôi,
Mong sớm con về bên mẹ...!

Mẹ! là tiếng hát ngọt ngào,
Là ánh sáng yêu thương,
là sóng lúa nương dâu trong hồn,
Mẹ là tiếng nói quê hương trong tim người suốt đời...
Mẹ vẫn xót xa, trời vẫn bao la
Trách ai chia lìa ngăn cách
Hẹn với quê hương, từ bến sông Thương
Con hứa có ngày quay về...

Tôi có di dự buổi tưởng niệm Bà Tùng Long qua đời tại Sai Gòn với tuổi 93 là cùng tuổi với má vợ tôi. Tôi là bạn

Hướng Đạo với con của Bà Tùng Long, Trưởng Nguyễn Đức Lập và anh Nguyễn Đức Trạch. Tôi hỏi riêng các anh ấy rằng sao không về chịu tang mẹ. Anh Trạch nhìn tôi tâm sự: " Mẹ tôi sinh chín đứa con, chúng tôi đều được mẹ hãnh diện là những tác phẩm ưng ý nhất của Bà. Nhưng hiện giờ tôi có một đứa em đang làm việc cho báo Tuổi Trẻ. Mẹ chúng tôi qua đời, có lẽ sẽ có những người bên kia đến phúng điếu... Tụi tôi về chẳng lẽ bắt tay được với những bàn tay ấy hay sao?" Tôi nghe mà nghẹn ngào nghĩ đến hoàn cảnh của mình!

Tôi muốn nói với những người đang còn mẹ và, hạnh phúc hơn nữa là đang được gần mẹ rằng: "Chẳng có gì quý giá hơn khi mình đang có một người đàn bà hy sinh cả cuộc đời cho mình, không đòi hỏi phải đền bù, phải trả công lao. Hãy trân trọng và giữ gìn một món quà trân quí ấy, vì nó cũng có thể vuột khỏi tay bạn bất cứ lúc nào." Đối với những ai đang phải bôn ba lưu đày: " Cứ nghĩ rằng mình đang là những đứa con bất hiếu dù bạn đang làm đầy đủ bổn phận về tài chánh cho những người thân ở quê nhà! Hãy nhìn lại mình và hy vọng một ngày ta sẽ về ôm hôn mẹ, riết thật chặt như ước mơ của nhiều người"

Má! Hãy ráng sống lâu chờ chúng con!

(2008)

Ngày "Tình Yêu" rất đặc biệt 2020!

Những người khao khát tình yêu, những người đang mơ tình yêu, những người đang được yêu, những người đang hẹn hò... đang thất tình... Sẽ có một "Ngày Tình Yêu" trở về vào 14 tháng 2 hàng năm!

Tình yêu là một cái gì ta không thể định nghĩa chính xác, tình yêu là nhịp đập đứt quảng của con tim và một luồng điện giật bắn ta khi ta nghĩ về người ta thương nhớ! Đúng nghĩa của tình yêu thì nó không có biên, không có bọc, không ai cấm cản nỗi... Tình yêu có từ khi con người mới xuất hiện trên quả đất nầy. Không biết có bao nhiêu thi nhân, văn sĩ, họa sĩ, nhạc sĩ, điêu khắc gia... ca tụng say sưa với đề tài tình yêu vô vàn hấp dẫn nầy. Bao nhiêu ngàn năm trước và có thể hàng ngàn năm sau, chuyện tình yêu vẫn tuyệt vời đam mê, tuyệt vời suy tưởng, tuyệt vời mộng mơ!

Nếu nói về huyền thoại ông Adam và bà Eva trong vườn cấm Địa Đàng, ta sẽ thấy những đóa hoa đời đầu tiên mọc xen với cây trái vườn tiên. Trong vườn hoa trái và cảnh đẹp thiên nhiên ấy, "Chúa Trời" đã "thiết kế" sẵn cho hai ông bà một tương lai đầy hương sắc "tình yêu" và cuộc sống sẽ là một chuỗi dài hạnh phúc thần thánh…! Ngay trong thời mông muội đó, con người đã có những ngày cho tình yêu diễm tuyệt. Adam và Eva đã sống với nhau không hề biết có những bất trắc, những lo âu, run sợ trước các thảm hoạ…vì họ "được" Chúa Trời bảo vệ!

Thế nhưng con người tự dưng phá bỏ hàng rào bảo vệ của "sự thánh thiện", nghe theo tiếng gọi xúi giục của thèm khát, của đam mê, của những rung cảm trần tục. Con rắn mang lời xúi bẩy đó (cũng do bàn tay "chúa" tạo ra, sống trong vườn địa đàng chung với hai người thánh thiện). Đây mới là mấu chốt của "tội lỗi" để con người có cơ may sanh sôi nẩy nở thành một tập thể nhân loại đông đúc. Cũng nhờ Adam và Ava nghe lời xúi bẩy của con rắn, cho nên tội lỗi lan ra từ khi loài người biết sống, nhưng cũng biết giết hại nhau, tàn sát nhau vì tình yêu, vì sắc đẹp, vì quyền lợi. Tội tổ tiên đã hình thành những trận chiến tàn sát vộ đạo đức cũng phát xuất từ hai chữ "tình yêu"…

"Tội tổ tông", nếu có cũng là phát sinh từ con tim và từ những rung cảm thần thoại về tình yêu thương giữa trai gái, giữa gia đình, dòng họ, tập thể, quốc gia…nhân loại! Nếu hồi ấy, Adam không nghe lời xúi của Eva, không hái trái cấm…thì nhân loại sẽ ra sao! Nếu là như thế thì cho đến hàng muôn vạn đời sau, hai con người nguyên thuỷ do Chúa dựng nên vẫn còn trong vườn nguyên sinh. Họ chỉ biết ca hát và nhìn nhau thì làm sao có thêm đàn con cháu! Thế giới nầy cũng sẽ chẳng có gì hết…

Trong chuyện thần thoại Hy Lạp, người ta tôn thờ thần tình yêu Aphrodite. Nàng là biểu tượng của sắc đẹp, của sự đau khổ trong suốt cuộc tình, là những dằn vặt chọn lựa giữa lý trí và con tim mù quáng … Ta lại về với dòng sông phát sinh nhiều tôn giáo khác là hệ thống chằng chịt của sông Hằng. Người Ấn đã thờ thần Shiva, một nữ thần trên tất cả các thần. Trong tình yêu, con người đã không thể cưỡng lại những cám dỗ để chiếm đoạt người mình yêu, từ đó có chiến tranh, có chết chóc. Nên Nữ Thần Shiva tiêu biểu cho tất cả quyền lực đó! Cũng nơi đây phát sinh ra một tôn giáo khác ngay trong lòng những tôn giáo đa thần. Đạo Phật do Thích Ca Mâu Ni sáng lập là một tôn giáo lấy nhân bản làm gốc, lấy con người làm trọng tâm. Cho nên tình yêu muôn loài được đặc biệt tôn trọng.

Trải qua nhiều ngàn năm, kể từ khi con người còn ăn lông ở lỗ, tình yêu đã là sức sống, là nối kết và là mầm mống của sinh tồn! Câu chuyện về tình yêu , những huyền thoại chung quanh sự rung động của con tim có thể không thể nào kể xiết. Nhưng gần gũi nhất vẫn là tình yêu lứa đôi, biểu tượng cho sức sống vươn lên, phá tan xích xiềng của lý trí. Tình yêu là sợi chỉ nhỏ trong suốt quấn quanh cổ của lý trí. Khi nào lý trí thắng thế thì tình yêu phải chịu nằm yên tiệm tiến. Nhưng tình yêu không bao giờ chịu khuất phục lý trí. Từ cổ chí kim, không biết bao nhiêu triều đại, không biết bao nhiêu vua chúa, không biết bao nhiêu là con người khôn ngoan…cuối cùng cũng phải gục chết cho tình yêu hay vì tình yêu mà thất thủ!

Ngày Valentine chỉ là một điểm nhỏ trong muôn ngàn vì sao tình yêu. Nhưng nó sáng lên từ những rào cản không đâu về một câu chuyện do lý trí sắp đặt. Câu chuyện chung quanh những ngăn cản vô lý. Vì thế tình yêu bỗng có chân, nó vùng dậy bẻ khoá xích! Có lẽ ngày nay từ ngữ Valentine làm cho những người yêu nhau đồng hoá với "con tim". Nhưng vị thánh tên Valentine đâu có ngờ rằng tên mình được người đời ca tụng thành một biểu tượng cho những con tim từng rung cảm vì khát khao đến với nhau, ôm lấy nhau, hôn quyện vào nhau... Cho dù lúc đó súng đạn nổ bên tai, mưa giăng đầy lối, hay động đất sóng thần...! Thế mới biết những người đang YÊU thì không có sức mạnh nào cản nổi!

Đón ngày Tình Yêu, ta hy vọng thế gian rồi cũng sẽ tràn ngập những vòng hoa "hạnh phúc" và ngày nào cũng sẽ là ngày của TÌNH YÊU!

Lưu Bút Kỷ Niệm
TRẦN VẤN LỆ

Tôi quen biết Lê Anh Dũng trong một dịp Anh Em Sĩ Quan Trường Bộ Binh Thủ Đức họp mặt tại Orange County, Nam California, Mỹ, trong năm nào đó thập niên 1990 của Thế Kỷ 20. Sở dĩ có cuộc họp mặt này là do ý muốn của một số anh em thường gặp nhau ở hàng quán uống Cà Phê hàng tuần, chung quyết: "Tụi mình còn sống sót, cùng đang ở Mỹ, cùng đang chưa hết hạn trợ cấp tỵ nạn chính trị...thì nên gặp nhau chung một bữa ở nhà hàng...chơi cho vui! Vui! Vui? Dù là kinh ngạc, dù là ngơ ngác...thì cũng hay hơn là Buồn! Nỗi nuồn có cái tên nhất định rồi - Buồn Tha Hương. Vui thì...lu bù tên, tên nào nghe cũng ngộ - Vui Tái Ngộ, Vui Tái Chín, Vui Tái Nạm...

Đời Lính tính liền. Tưởng nói giỡn chơi ai dè thành sự thật. Nơi tụ họp, tôi không nhớ, nơi gặp anh em, tôi cũng quên. Chuyện...tái tê thì nhớ là có hội ngộ, có điểm hội tụ, có sân khấu, có đọc diễu văn, có hát hò; chưa có chuyện diễu thuyết! Chúng tôi, đa số còn sống, từng cùng mái trường Bộ

Binh Thủ Đức, từ khóa 22 tới các khóa trong năm 1971, 1972. Các khóa trước, 1964, 1963, 1962...,rất ít người còn khỏe mạnh, còn thì họ cũng ở cấp bực cao, Đại Úy hay Thiếu Tá, ít khi gặp. Các khóa sau 1972 thì vẫn còn ở thời kỳ Thiếu Úy, thời gian Học Tập Cải Tạo đa số chưa hơn ba năm...Gặp mặt là vui. Ít ai kể về người vắng mặt hay đã tử vong...vì nhiều chuyện bây giờ chiếm khá nhiều thời gian để tá lả tùm lum...

Chuyện bắt tay, rung lắc vai vế gần như là liên tục. Anh em mình mà. Nhất là cái thời điểm mới qua Mỹ, "mặt người ta nước da việt cộng" đứa nào cũng vàng vọt như nhau.

Tôi gặp Lê Anh Dũng, khóa 26, trong dịp này, được biết anh đang viết báo (chưa biết anh có viết văn, làm thơ, làm họa sĩ). Thật là tự hào! Sĩ quan Việt Nam Cộng Hòa đa tài thật nha! Tôi cũng muốn tôi "ngon" như anh em, mình "tan hàng" thì "cố gắng". Sau đó tôi cũng "trổ tài" làm thơ gửi năn nỉ các báo chợ đăng để mong còn có dịp họp mặt anh em, anh em biết tôi là "thi sĩ".

Tôi cố gắng từng ngày làm thơ miệt mài rồi gửi bài cho các báo năn nỉ được đăng. Gửi trăm bài thì cũng ok vài ba. Từ đó tôi nổi tiếng chút đỉnh. Và lọt vào tầm ngắm của chàng Trung Úy Lê Anh Dũng thêm bút danh Lê Tam Anh. Tôi dụ khị Lê Anh Dũng in tác phẩm thành sách đi, để đời...và nếu không chê tôi, tôi sẽ có đôi dòng lưu bút ngày...xanh hay ngày sau chơi!

Tôi nói rất "nghiêm túc" và Lê Anh Dũng làm theo ý nguyện của tôi, một trong số nhiều độc giả ái mộ Lê Anh Dũng, nhà hoạt động đắc lực của bà con Bình Định, cũng là Nhà Thơ, Nhà Báo Lê Tam Anh xuất hiện thường xuyên trên các tờ báo uy tín tại Quận Cam và cũng là rường cột của Đặc San Lại Giang hàng năm của Bình Định.

Khi Lê Tam Anh đưa Nhà Xuất Bản Nhân Ảnh tác phẩm Tưởng / thơ Lê Tam Anh, tôi được tác giả cho xem cái bìa và hai trang mở đầu. Đây đủ cho tôi có "cơ sở" viết đôi dòng...Hơn nữa, tiếng đời có câu: "Văn hay lọ phải làm dài, mới mở đầu bài đã biết văn hay!". Trang đầu tiên, đầy "ân ái", tác giả có một khổ thơ Song Thất Lục Bát dành cho "quý phu nhơn" Mỹ Hiệp, tôi đọc mà sướng, mừng cho nền Hạnh Phúc khó lung lay của Lê Anh Dũng/Mỹ Hiệp, cả hai đều nặng nợ văn chương! Mỹ Hiệp từng có một tập truyện xuất bản trước chồng cũng đã hơn 15 năm...Thơ "khai hóa" dành cho vợ như vậy là hiếm quý! Lê Tam Anh chính thức, ở trang tiếp theo, mươi câu ngắn gọn nhận định về thơ và 'bối cảnh" sinh hoạt ở đời. Theo ý Lê Tam Anh thì "cái gì mình Tưởng là Thật nhưng rồi mình thấy những cái Thât đều...chẳng Thật!". Tôi khoái cái ý tưởng ngồ ngộ của Lê Tam Anh, bèn kính cẩn coi Lê Anh Dũng như một "hóa thân" biến thể của Tưởng Giới Thạch xứ Ba Tàu!

Tôi viết vội để Lê Tam Anh kịp đưa Nhà Xuất Bản Nhân Ảnh nên chưa thành bài gì cả, tựu trung là Mấy Dòng Lưu Niệm...cái Kỷ Niệm của anh em lính tráng Việt Nam Cộng Hòa một thời. Tôi tin Lê Tam Anh khoái cái tào lao xịt bộp của tôi, nhận bài này thì đưa vào liền, cho chiếc thuyền chở văn chương nặng nặng một xí...Mong lắm thay!

Thao Diễn...Nghỉ!

Trần Vấn Lệ

TRANG NHẠC

Đôi Bờ
Thương Nhớ

Thơ   Vũ Ngọc Uyển
Nhạc   Lê Anh Dũng

Bên kia bờ thương nhớ,   thấp thoáng trong sương mù

Con nước sầu trăng vỡ   Trôi về đâu hoang vu

Bên kia bờ thương nhớ   Lũy tre già xác xơ

Trong bão bùng mưa gió   Thương chồi non bờ vỡ

Em cô cao như hạt   Tóc ướt ánh trăng tà

Ngóng chim trời phiêu bạt   Từng mùa xuân trôi qua

Bên này bờ thương nhớ   Lòng người mây trắng bay

Tình người như phố chợ   Danh lợi làm men say

Bên này bờ thương nhớ   Xa lắc một thiên

đường Ngày bàng khuâng bước lạ Đêm mộng về cố hương

ĐÔI NGÃ!

Nhạc và lời: letamanh

Chậm - tha thiết

1- Ta   đi   một sáng   nắng   Em
2- Tin   yêu   là trái   đắng   Mới

về   một chiều   mưa.   Hai   linh   hồn   trĩu

kề   một đêm   xưa !   Ta   ôm   sầu   đứng

nắng .   đường   chia   đôi   tương   tư

lặng   nhìn

2- Tin......   thời   gian   giao   mùa !

ĐK   1- Thế   là   ta   đã   đi...   Nghìn
2- Thế   là   em   cũng   đi ....   Nhìn

trùng   khơi   khắc   nghiệt -   Từng   năm   tháng   phân

trùng   khơi   biển   động   Từng   nỗi   nhớ   si

ly   -   Ôm   nỗi   sầu   biển

mê ....

biệt !   2- Thế...   ..... Tìm   yêu   thời   mộng

mơ   -   Ta   ôm   sầu   viễn

xứ   -   Con   đường   về   buồn   vương !   Ta

quay   chào   giã   biệt -   Một   thời   mơ   thiên

đường !

Đứng Dậy

Thơ: Letamanh
Nhạc: Mai Đằng

Nhịp Nhàng

Ta vẫy gọi sóng vỗ trào than khóc Bờ đại

dương vắng cả tiếng chim kêu Phía chân trời bóng Sao Hôm dần

mọc Sao hồn người rớt xẹt vỡ tiêu điêu

Bóng ma quỷ phủ xích xiềng nô lệ Bầy kên

kên xé nát triệu linh hồn Bao nhiêu năm sống nhọc nhằn dâu

bể Giống Rồng Tiên con cháu chẳng mồ chôn

Con cháu vua Hùng biến thành hèn nhát Bọc trăm

con sao cấu xé hận thù Đạo đức suy đồi luân thường tan

nát Vô cảm dửng dưng tăm tối mịt mù

Kẻ sĩ ơi! trời Nam bừng lửa dậy Rợp rừng

cờ tiến về đất Thăng Long Hồn tổ quốc hào hùng xưa thúc

md_01_18

đẩy Triệu con tim thề nối kết một lòng

HƯỚNG ĐẠO TRƯỜNG NIÊN

Nhạc và lời
Lê Anh Dũng - sóc linh hoạt

17-10-2014

Hướng Đạo VIỆT Nam thêm Đoàn TRƯỜNG NIÊN

Trưởng Niên! Trưởng Niên! tuy già vẫn Siêng!

Góp sức chung lo bồi đắp PHONG TRÀO!

ÂU - THIẾU - THANH cùng cất cao lời hát.

GIÚP ÍCH xây đời xứng danh RỒNG TIÊN!

Hội ngộ cùng nhau vui cùng TRƯỜNG NIÊN

Trưởng Niên! Trưởng Niên! Tuy già... vẫn siêng!

LỜI HỨA

Nhạc và lời Lê Anh Dũng

Ca li một ngày mưa giông bão rơi

Mây đen mờ mờ vài gây em ướt

Mưa rơi mưa rơi giăng giăng ngập trời

Quê hương ngăn cách nhạt nhòa bao năm

U ! Thôi Ta đưa em

về ! Ta sẽ đưa em

về Trên con đường nhớ quê hương

U ! Thôi

ta đưa em về

Ta sẽ đưa em về... Tham lại màu xanh yêu

thương Bên sông đại dương

MẤT TÍCH

Ba mươi tháng Tư vẫn chưa quên!
Ngày đất mẹ và em cùng mất tích

Thơ: Lê Anh Dũng
Nhạc: Hạnh Cư

êm - tha thiết!

Có những chiều ta ngồi nghe em hát. Có những chiều

ta ngồi ngắm em đan Dư hương ngày cũ giờ đã phai tàn

Mất em tháng tư thiên đường sụp nát. Con lộ

Bảy khi tinh cầu rung xác Đoàn hùng binh bỗng biến mất trong rừng.

Tiếng pháo rền rầm rập bước chân chen! Em mất hút trong đồng người xoáy dốc.

Ta bới đào tìm em mòn khô khốc. Kiếp lưu đày qua các trại tù Xa!

Nào Z 30 rồi chuyển đến Hồng Ca Hoàng Liên Sơn Tháp Bà, Vĩnh

Phú ! Bóng dáng em theo anh mòn phố cũ.

Linh Hồn em vẫn tồn tại quan hà! Sốt rét rừng suối Lệ Ngọc đường

xa. Anh cứ nhớ hồn rung lên lạnh lẽo. Năm tháng tha hương

tuôn trào khắp nẻo Anh vẫn hoài tưởng nhớ bóng dáng em!

NINH HÒA HỌP MẶT

Nhạc & lời
Lê Anh Dũng

Nối Vòng Tay

Nhạc & lời Lê Anh Dũng

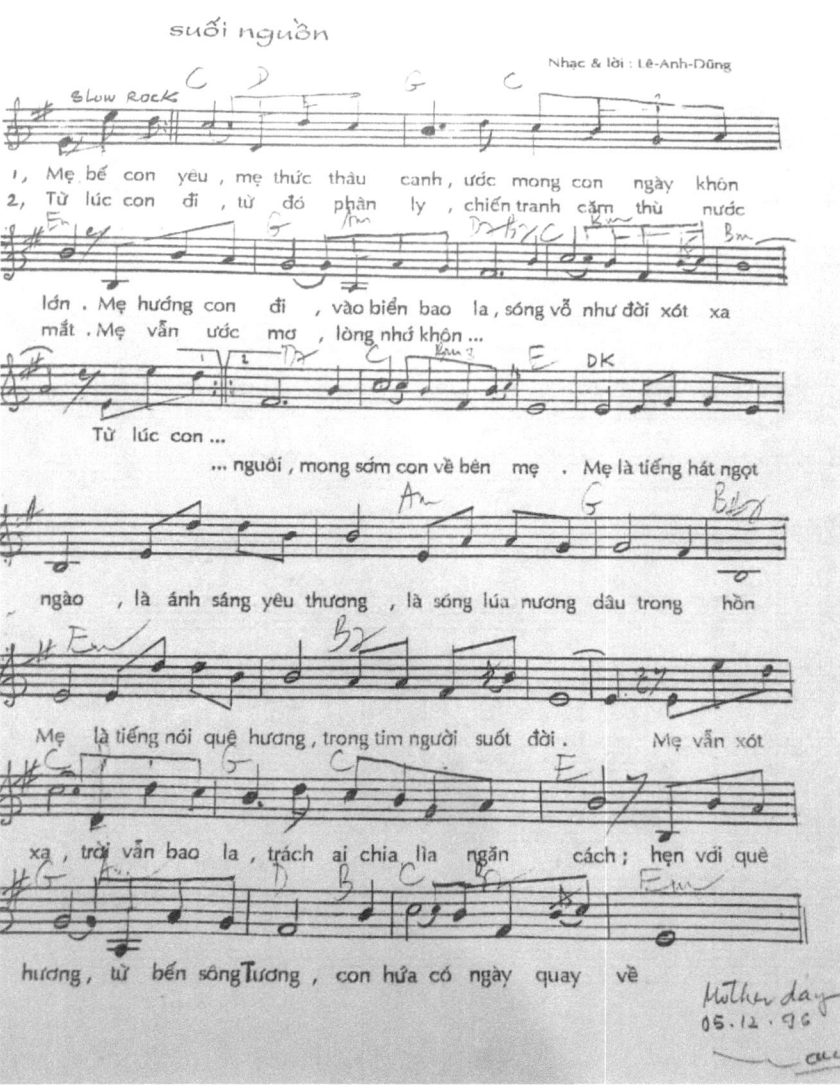

suối nguồn

Nhạc & lời : Lê-Anh-Dũng

SLOW ROCK

1, Mẹ bế con yêu, mẹ thức thâu canh, ước mong con ngày khôn
2, Từ lúc con đi, từ đó phân ly, chiến tranh căm thù nước

lớn. Mẹ hướng con đi, vào biển bao la, sóng vỗ như đời xót xa
mắt. Mẹ vẫn ước mơ, lòng nhớ khôn ...

Từ lúc con ...

... người, mong sớm con về bên mẹ. Mẹ là tiếng hát ngọt

ngào, là ánh sáng yêu thương, là sóng lúa nương dâu trong hồn

Mẹ là tiếng nói quê hương, trong tim người suốt đời. Mẹ vẫn xót

xa, trời vẫn bao la, trách ai chia lìa ngăn cách; hẹn với quê

hương, từ bến sông Tương, con hứa có ngày quay về

Mother day
05.12.96

TƯỞNG | **229** | LETAMANH

THẮNG TIẾN MƯỜI HAI

Nhạc & lời SÓC LANH LỢI

THOANG QUA

Nhạc và lời: Le Anh Dung

VỀ ĐÂY
NỐI VÒNG TAY

Nhạc & lời
LÊ ANH DŨNG

Với cha

Nhạc & lời

Lê - anh - Dũng

Liên lạc tác giả:
Lê Anh Dũng
leanhdungmy@yahoo.com
(714) 234-1487

www.ingramcontent.com/pod-product-compliance
Lightning Source LLC
Chambersburg PA
CBHW021620120626
46545CB00001B/325